Thanh Tịnh Liên

*Đóng Cửa
Sáu Nẻo Luân Hồi*

Thiền Viện Sùng Nghiêm

Đóng Cửa Sáu Nẻo Luân Hồi

Bài Viết: Thanh Tịnh Liên
Tranh và Bìa: Khánh Trường
Đánh Máy: Trịnh Gia Mỹ, Toàn Diệu
Điều chỉnh Bản Thảo: Chính Mung
Phụ Bản: Nhiếp Ảnh Gia Hồ Đăng
Ấn Hành: Thiền Viện Sùng Nghiêm
In Tại: Printing Technic, California, USA

©Copyright: Thiền Viện Sùng Nghiêm 2009

Mọi trích dịch toàn thể bài viết hay từng đoạn
xin giữ nguyên chính ý, chính văn và ghi rõ xuất xứ.

Đóng Cửa
Sáu Nẻo Luân Hồi

Sách Đã In:

Thiền Thơ Không Tên
Cùng Vầng Trăng Soi
Như Lai Tạng
Những Liên Hệ Đến Cái Chết Cần Biết Rõ
Tại Sao Không Mở Mắt Vãng Sinh Khi Đang Hiện Sống
Đóng Cửa Sáu Nẻo Luân Hồi
Tiếng Chuông Ngân I
Tiếng Chuông Ngân II
Chân Thật Nghĩa của Bát Nhã Tâm Kinh
Bát Nhã Tâm Kinh Trực Chỉ Lý Giải Ngắn Gọn
Chân Thật Nghĩa Định Huệ của Bát Nhã Tâm Kinh
Thơ Nhạc Thiền I
Thơ Nhạc Thiền II
Kỷ Yếu

Mục Lục

Phật Giáo Kỳ 11
Phật Đản Sinh 15
Phật Xuất Gia 27
Phật Thành Đạo 39
Phật Nhập Diệt 45
Đóng Cửa Sáu Nẻo Luân Hồi 55
Vọng Tưởng Từ Đâu? 69
Như Lai Tạng 81
Thiền 119
Bản Lai Diện Mục 127

Bát Nhã Tâm Kinh   167
Tu Là Sửa Đổi   171
Những Liều Độc Dược   179
Chấp Tác Mà Lại Kể Công   189
Bạc Trắng Như Vôi, Vô Ân Bội Nghĩa   195
Vờ Vĩnh Đóng Kịch   205
Tư Cách Nói Năng   211
Hỷ Xả   215
Vu Lan   223
Đóa Hoa Cài Áo   231
Cha   235
Mẹ   239
Người Là Ai ? 241
Lễ Tạ Ơn   245
Mây Tan Trăng Hiện   253
Sáng Tác Của Thiền Sư Hakuin   263
Tâm Vô Sở Trụ   267
Chân Thiện Mỹ   277

Thay Lời Tựa

Mọi đề tài đều được chứng minh qua các kinh sách sau đây của Phật của Tổ, đồng thời tác giả cũng cố gắng tối đa khai triển, và diễn Chân Nghĩa của những kinh sách liên hệ tới các bài viết, trong khả năng còn hạn hẹp và non nớt; Nên rất cần sự chỉ giáo của các bậc tiền bối, thiện tri thức và độc giả. Kính xin quí Ngài từ bi hướng dẫn cho.

1. Bát Nhã Tâm Kinh
2. Kim Cang Kinh
3. Pháp Hoa Kinh
4. Lăng Nghiêm Kinh
5. Pháp Bảo Đàn Kinh
6. Duy Ma Cật Kinh
7. Bửu Tạng Luận
8. Thiền Thất Khai Thị Lục
9. The Three Pillars of Zen
10. Duy Lực Ngữ Lục
11. Sách của các Luận Sư: Thế Hữu, Thiết Ma Đạt Sư và Pháp Cửu

Thắp nén Tâm Hương, Thiền Viện Sùng Nghiêm Chúng con nguyện giải Như Lai Chân Thật Nghĩa.

Xin tri ân và kính dâng lên Chư Phật Tổ, Chư Bồ Tát, Chư Hiền Thánh Tăng ...

Xin tri ân và kính dâng lên quí Ân Sư:
    Thiền Sư Philip Kapleau
    Thiền Sư Bodin Kjolhede
    Thiền Sư Thích Duy Lực
Cùng quí Thiện Tri Thức, quí Thầy, quí Cô từ vô thủy đến nay.

Xin tri ân và kính dâng lên Ông Bà, Cha Mẹ, Cửu Huyền Thất Tổ từ vô thủy đến nay.

Xin tri ân và kính dâng lên tất cả mọi người thân yêu, Vợ Chồng, Chồng Vợ, Người Thương, các Con Cháu, các Nô Bộc, các Quí Vị đã giúp đỡ trong mọi hoàn cảnh, mọi môi trường từ vô thủy đến nay.

Xin tri ân và kính dâng lên đôi giòng họ Nội, Ngoại, Anh Chị, Em, Chú, Bác, Cô, Dì từ vô thủy đến nay.

Xin tri ân và kính dâng lên tất cả quí vị Ân Nhân, quí vị Oán Thù và toàn thể các Bạn Bè Đạo và Đời từ vô thủy đến nay.

Xin tri ân và kính dâng lên Muôn Loài, Muôn Vật, Hữu Tình, Vô Tình, Hữu Hình, Vô Hình toàn Thế Giới, Đại Vũ Trụ từ vô thủy đến nay.

Xin tri ân và kính dâng lên toàn thể quí Anh Hùng, Liệt Sĩ, quí Anh Thư, quí vị Chiến Sĩ Trận Vong (hữu danh và vô danh), quí Oan Hồn, quí vị Quá Vãng vô thừa nhận! Tất cả đều không phân biệt tôn giáo, chủng tộc, nòi giống... từ vô thủy đến nay.

Xin tri ân và kính dâng lên toàn thể quí vị Hộ Pháp Đạo, Đời hiện hữu, đã và đang đóng góp công lao vô bờ từ thô tới tế, từ vật chất đến tinh thần, để hoàn hảo mỹ mãn về mọi mặt cho Thiền Viện như các vị sau đây:

Quí vị chủ nhiệm, chủ bút, ký giả, báo chí, truyền thanh, truyền hình.

Quí vị nghệ sĩ: nhạc sĩ, thi sĩ, văn sĩ, họa sĩ, điêu khắc gia, ca sĩ, nghệ sĩ ngâm thơ, xướng ngôn viên.

Quí vị nhiếp ảnh gia, đạo diễn, chuyên viên quay phim.

Quí vị chuyên viên về máy móc, và các hệ thống âm thanh, internet, thu thanh, phát thanh, làm CD, DVD cho các chương trình trên hai làn sóng radio, và thu hình cho mọi chương trình trên TV.

Quí vị thiết kế, xây cất, trang trí nghệ thuật trong, ngoài.

Quí vị trong ban điều hành.

Quí vị trong ban ẩm thực.

Quí vị trong ban vệ sinh.

Quí vị trong ban copy, ấn loát, đánh computer, và in kinh sách.

Quí vị trong ban thông dịch.

Quí vị trong ban dịch thuật.

Quí vị trong ban tri khách.

Quí vị trong ban giảng huấn, quí thầy, quí cô.

Quí vị trong ban y tế: bác sĩ, nha sĩ, dược sĩ, y tá.

Quí vị trong ban luật pháp: luật sư, cố vấn luật pháp.

Quí vị trong ban thuế vụ.

Quí vị trong ban giao thông, chuyên chở.

Quí vị trong ban địa ốc.

Quí vị phụ trách trong ban linh tinh.

Quí vị hộ pháp cho chương trình phát thanh của ThiềnViện.

Quí vị hộ pháp về tịnh tài, về mọi vật dụng hàng ngày.

Chúng con cũng không quên tri ân và kính dâng lên các vị Hữu Hình/Vô Hình, Hữu Tình / Vô Tình đến dự thính, đến thăm viếng hay đến tu học, v.v…

Nguyện toàn thể Chúng Sinh đều nỗ lực, tinh tấn tu hành để vượt thoát phiền não, sinh tử và thể hiện Cực Lạc Quốc ngay chính Thân Tâm, đời sống hàng ngày của chúng ta.

*

Phật Giáo Kỳ

Lá Cờ Phật Giáo tuyệt diệu, lộng lẫy, uy nghi với đủ cả hình tướng lẫn vô tướng; Cả mầu sắc lẫn không mầu sắc: Mầu xanh dương đậm, mầu vàng, mầu đỏ, mầu trắng, mầu cam và không mầu! Cũng ngay lá cờ này, nếu chúng ta chịu nhìn sâu hơn theo nghĩa Sắc / Không của Bát Nhã Tâm Kinh, thì sẽ thấy lá cờ ấy thật vi diệu, nó không thiếu cũng không dư bất cứ cái gì! Nhưng, chúng ta cũng nên cẩn thận và sâu sắc trong nghĩa Sắc / Không. Vì nghĩa "**Không**" ở đây, không phải là: "*vô ký không*" tức là "*không có cái gì hết*" mà nó là:

Tính không rời Tướng, Tướng không rời Tính.
Tính Tướng y một, Không Sắc chẳng hai.

Và:

Sắc tức là Không, Không tức là Sắc
Sắc chính là Không, Không chính là Sắc

Thật đúng là:

Phật Pháp không rời Thế Gian Pháp

Thế cho nên Lá Cờ Phật Giáo: vừa có hình tướng, vừa có đủ mầu sắc, mà cũng vừa không có hình tướng, vừa không có mầu sắc! Thế mới chính là:

"Thật tướng lá cờ" và **"Thật tướng mầu sắc"**

Phật Giáo Kỳ

Vậy thì Lá Cờ Phật Giáo không chỉ nhỏ hẹp trong một nước, một quốc gia! Mà thật ra nó bao trùm vũ trụ, hoàn cầu, thế giới. Nó siêu việt biên cương, siêu việt thời gian, không gian, và siêu việt cả hình tướng lẫn vô hình tướng. Nó đã vi diệu nhiệm mầu đến như thế, thì hỏi làm gì còn sự phân biệt Chủng Tộc hay Tôn Giáo nào?

Ô kìa! Chúng ta hãy nhìn lên Lá Cờ Phật Giáo, một sức sống vô cùng linh động, vô cùng linh thiêng, vô cùng thanh tịnh, mà cũng vô cùng bình đẳng, đang phất phới muôn phương trước gió.

Vừa động, vừa tịnh
Động Tịnh không hai
Vượt cả đúng sai
Việt Siêu Động Tịnh

*

Phật Giáo Kỳ

*Đây Phật Giáo kỳ tung bay phất phới
Đây Ánh Đạo Vàng soi sáng muôn nơi
Ấn Độ, Việt Nam, hoàn cầu, thế giới
Chúng ta đón chào Chân Lý sáng ngời*

*Chào Phật Giáo kỳ, rực rỡ sáng tươi
Mừng đường giải thoát khổ đau, luân hồi
Ghi ân giáo pháp Đức Phật tuyệt vời
Quyết thề nối bước chân Ngài người ơi!*

Phật Giáo Kỳ

Đây Phật Giáo kỳ tung bay trước gió
Vi diệu, nhiệm mầu trước mắt ai ơi
Gió hát, người ca, vang tận chân trời
Linh diệu, cờ, người đồng Một Thể thôi

Cờ là cờ, cờ bay...
Cờ là cờ, cờ lay...
Cờ tung bay, tung bay vui thay
Lễ đón chào uy nghi đến thế này
Phật Giáo kỳ, cờ siêu việt hình tướng
Phất phới mà vừa thanh tịnh, siêu thay!

Phật Đản Sinh

Với Phật Pháp thì không có sinh không có diệt, không có cái bắt đầu nên cũng không có cái cuối cùng. Bởi vậy mới không có thời gian, và không có không gian.

Vì không có không gian, nên không có chỗ để chỉ.
Vì không có thời gian, nên không hề bị gián đoạn.

Nếu còn có chỗ chỉ định được thì còn có giới hạn, và gián đoạn là không hợp với chân lý Phật Pháp.

Để đúng với tinh thần Đạo Pháp, chúng ta chỉ có thể tạm gọi là:

"Mừng Phật Thị Hiện Đản Sinh"

Tuy hiểu như vậy, nhưng chúng ta vẫn phải kính trọng từ ngữ thế gian và truyền thống thế gian. Vẫn cần làm "Lễ Mừng Phật Đản Sinh", mục đích để kỷ niệm, để tán dương, để noi gương và để ghi ân công đức của Đấng Đại Giác Thích Ca Mâu Ni đã thị hiện "Đản Sinh", đã thiên biến vạn hóa, để lại biết bao đường lối, không ngoài mục đích thức tỉnh toàn thể chúng sinh ra khỏi Cơn Trường Mộng Vô Minh! Và vì Vô Minh, chúng ta đắm chìm, trôi lăn, sinh tử mãi mà vẫn không hay biết gì cả! Do lẽ đó ngày Đại Lễ Mừng Phật Đản Sinh rất cần thiết, vì ngoài việc tri ân còn để chúng ta nhắc nhở nhau, và noi gương Đức Phật mà suy tư.

Vâng, nếu chịu suy tư, sẽ thấy ngày Đại Lễ Mừng Phật Đản Sinh vô cùng tuyệt vời về cả hai mặt Đời và Đạo.

Về mặt Đời, xin nhắc lại một chút tổng quát của đoạn trên: Sở dĩ chúng ta làm Đại Lễ Mừng Phật Đản Sinh là để kỷ niệm, để tán dương, để ghi ân Đấng Cha Lành Thích Ca Mâu Ni đã thị hiện Đản Sinh, và đem Giáo Pháp truyền bá, mà giáo hóa và cứu vớt chúng sinh ra khỏi mê mờ, trần lao, sinh tử.

Về mặt Đạo, hỏi có ai lại không ngạc nhiên rằng: *"Là chúng sinh thì chúng ta đều là những kẻ phàm phu!"*. Nhưng trong Kinh lại dạy rằng:

"Phàm Phu tức Phật, Phiền Não tức Bồ Đề"

Vậy là sao? Làm thế nào để mà thành Phật cho được? Khi mà chúng ta có màn vô minh dày đặc bao phủ Thân Tâm, có đầy dẫy phiền não bởi mọi tập khí ô nhiễm, thói hư và tật xấu! Đó là cả một vấn đề vô cùng nan giải cần được giải quyết.

Theo Lục Tổ Huệ Năng thì:

Niệm trước Mê, tức Phàm Phu
Niệm sau Ngộ, tức Phật

Niệm trước Chấp Cảnh, tức Phiền Não
Niệm sau Lìa Cảnh, tức Bồ Đề

Bởi thế, Niệm suy lường là Niệm Nhị Biên chấp thật, chấp giả, tức cái Niệm Phàm Phu Mê Muội, ngoài Chấp Tướng, trong Chấp Không! Trong Kinh gọi nó là Niệm Bất Giác. Niệm này không có nguyên do gì cả, nó tự khởi cái Giác: Kiến, Văn, Giác, Tri, là Cái Giác của Nhãn, Nhĩ, Tỷ, Thiệt... (tức cái Biết, cái Thấy, cái Nghe của Mắt, Tai, Mũi, Lưỡi...). Rồi từ cái Vọng Giác này đi xa hơn, nó lại tự chia thành Năng, thành Sở, tức là chia có Ta, có Người, có Cảnh Vật! Và đương nhiên nó chấp là **"Có Thật"** tất cả những thứ ấy!

Bởi những chấp chước Bản Ngã là cái Ta và mọi sự vật là "Có Thật" nên mới có sự tư túi đủ thứ về danh vọng, tiền tài, ái dục, càng nhiều càng tốt cho bản thân, cho gia đình. Cứ như vậy ngày càng tham lam, càng ích kỷ, để rồi có sự hơn thua, tranh đấu, đố kỵ, ghét ghen, thủ đoạn, chiến tranh và chết chóc. Tất cả cũng chỉ vì quyền lợi riêng tư! Với vô minh như thế, chúng ta vô tình không biết là mình đang bị khốn khổ bởi phiền não trói buộc, ngày lại ngày càng thêm trầm trọng hơn!

Thật là phúc đức thay cho những ai sớm nhận ra sự việc ấy, mà chán chường cái trò vô minh phiền não này nên muốn được giải thoát!

Thì vẫn theo Lục Tổ Huệ Năng: *"Chân Như Tự Tính khởi Niệm, nhưng cái Niệm của Chân Như Tính không có Năng, không có Sở, vì **Chân Như Niệm** là "Niệm Vô Niệm"*, Lục Tổ dạy về Vô Niệm như sau:

> **Vô** là **"Vô Nhị Tướng"**, tức không có Nhị Biên Đối Đãi, và **Vô** là **Vô** tất cả mọi Tâm Trần Lao (*tức vô tất cả những Tâm Niệm phức tạp, nghĩ ngợi của chúng ta*).
>
> **Niệm** là **"Niệm Chân Như Tự Tính**:
> Chân Như là Thể của Niệm và Niệm là Dụng của Chân Như.

Ngài nhấn mạnh rằng: Vì Chân Như **"Có Tính"** nên nó phải **khởi Niệm**! Còn nếu **Chân Như không có Tính** thì Sáu Căn của chúng ta là Mắt, Tai, Mũi, Lưỡi, Thân, Ý và Sáu Trần là Sắc, Thanh, Hương, Vị, Xúc, Pháp sẽ lập tức bị hủy hoại ngay! Từ đó ta suy ra tại sao trong Kinh gọi là **"Phật Tính"**, và Phật Tính ấy hiện có trong muôn loài!

Bởi vì nếu không có **"Tính"** ấy thì không có Vũ Trụ Vạn vật được! Cho nên Kinh nói: *"Phật Pháp Không Rời Thế Gian Pháp"* là vậy. Vấn đề này rất phiền cho những ai không rốt ráo nên thường chê bai, coi rẻ, coi khinh cõi Sa Bà này và muốn vứt bỏ nó đi! Để tìm về một cõi hoàn toàn Vô Tướng, thì đấy là một sự lầm lẫn rất lớn!

Như vậy:

"**Vô Niệm**" còn được gọi là Niệm Vô Tướng, Niệm Vô Trụ, cũng là "**Niệm Trí Tuệ**", tức là "**Niệm Ngộ**" mà đã là "Niệm Ngộ" thì là "**Phật Đản Sinh**".

Về "**Chân Như Tính**" thì Kinh Lăng Nghiêm nói:

Tính không rời Tướng,
Tướng không rời Tính,
Tính Tướng Nhất Như (Tính Tướng Y Một).

Cũng trong Kinh:

"Phàm Phu tức Phật, Phiền Não Tức Bồ Đề"

Và vẫn trong Kinh:

"*Phật Pháp Không Rời Thế Gian Pháp*"

Qua các Kinh dạy rất rõ như thế, thì dù chúng ta là phàm phu, cũng vẫn là "Phật Pháp". Nhưng vì vô minh, chúng ta đi ngược lại với Chân Lý nên mặc dầu hiện đang là thân con người có đầy đủ sáu căn, nhưng sự thấy nghe, hay biết bị giới hạn trong sáu căn ấy! Chỉ vì *một Niệm suy lường vô căn cứ của vọng tưởng vô minh khởi dậy, mà có sự **chuyển Tâm Trí**! Khi Tâm Trí bị chuyển thì nó tự động là "Cái Thức", mà đã là "Cái Thức" thì lúc nào nó cũng lay động! Thay vì là một **Tâm Trí** thì nay nó tự chia thành sáu cái "**Vọng Thức**"của* sáu căn (Nhãn, Nhĩ, Tỷ, Thiệt, Thân, Ý) nên mới có Năng, có Sở, có phân biệt, có giới hạn!

Qua chứng minh của các Kinh kể ở trên, khi đã hiểu thì nay chúng ta chỉ việc chuyển xoay lại cái **Thức** thành **Trí Tuệ**, tức là chuyển những "Vọng Tâm Thức" thành "**Tâm Trí Bát Nhã**", là Tính Thấy Biết thường hằng bất biến cùng khắp, không bị giới hạn bởi thời gian và không gian!

Do đó mà Lục Tổ nói: *"Lục Căn dù có Kiến, Văn, Giác, Tri chăng nữa, cũng chẳng bị ô nhiễm bởi muôn cảnh, và cũng không bị ảnh hưởng bởi bất cứ cái gì! Vì Chân Như Tính vẫn đó, vẫn thường tự tại, vẫn thường thanh tịnh, và không có Năng cũng chẳng có Sở. Cho nên lục thức cứ việc tự động ra cửa lục căn, cứ tiếp xúc với lục trần, nhưng Chân Tính ấy vẫn tự tại, an nhiên vô ngại, không nhiễm, cũng chẳng trước"*.

Nếu thực hành được như vậy thì ngay đó là "**Phật Đản Sinh**"! Tuy có hơi phức tạp, khó mà nhận biết giữa hai Niệm Mê và Niệm Ngộ, nhưng khi hiểu thì cũng giản dị thôi.

Khi Tâm chúng ta Nhị Biên Tương Đối, thì dễ dàng dính mắc muôn cảnh. Đó là **Niệm của Tâm Thức** (là *Niệm Mê*, tức *Nhất Niệm Vô Minh*)

Khi chúng ta **không dính mắc** gì cả, thì nó là Niệm Tâm Trí Bát Nhã, "**Niệm Tâm Vô Sở Trụ**" hay còn gọi là Chân Như Niệm (tức là *Niệm Ngộ*)

Nói một cách khác:

Khi Tâm Niệm Mê: thì chúng ta tự "**Cột**" vào bất cứ cái gì. Dù là một Niệm Thiện hay một Niệm Ác, cũng đều là Niệm của Tâm Thức. Chỉ tại cái Tâm phân biệt của chúng ta đã tự dựng, tự gán ghép, tự chia Phàm chia Thánh, tự đặt tên, đặt tuổi, tự đặt khoảng không gian, tự chia số lượng thời gian cho muôn cảnh, muôn vật, để rồi lại tự chính mình đi vào Sinh Tử!

Khi Tâm Niệm Ngộ: thì chúng ta tự "**Cởi**" tất cả những Vọng Niệm ấy đi, thì tự nó là *Niệm Chân Như Phật Tính*. Do vậy mới có câu:

Phàm phu tức Phật, phiền não tức Bồ Đề

Niệm Chân Như Phật Tính tự vẹn toàn Chân, Thiện, Mỹ. Nó được thể hiện trong cách ăn nói, mọi hành động đều tròn đầy trách nhiệm và bổn phận một cách tuyệt đối Ba La Mật! Niệm này vốn như vậy, không có ai tạo dựng nên cả, nó không bị ảnh hưởng gì tới Sống/Chết hay Tập Khí Thế Gian. Nó không tên, không tuổi, không danh từ, không lời nói, mà người ta cứ cố tình gán ghép cho nó! Nó siêu việt "Đối Đãi", siêu việt Tam Giới và Sáu Nẻo! Vì vậy mà Đức Phật mới dạy rằng: *"Chỉ tạm gọi Ta là **Phật** mà thôi"*!

Cái Tính Vô Tướng không rời Hữu Tướng ấy chính là Thật Tướng, là Cha Mẹ của toàn Vũ Trụ Vạn Vật! Nó chính là "Tính Không" đang hiện hữu ngay ở muôn loài, muôn vật. Nó đồng đều tự Tịnh, tự Định, tự Chiếu Tỏa, *"Tính Tướng Như Như"*, *"Sắc Không Đồng Nhất"* y chỉ Bát Nhã Tâm Kinh! Vô cùng Vi Diệu, Nhiệm Mầu! Nó chẳng phải Phật, chẳng phải Chúng Sinh, chẳng phải Phàm mà cũng chẳng phải Thánh! Nó chính là Tâm Bát Nhã đúng nghĩa!

Tóm lại, chúng ta tu làm sao? Học thế nào? Để hiểu và nhận ra Bản Lai sẵn có của mình, là cái Tâm Bát Nhã vừa nói ở trên. Tâm ấy nó không hề bị giới hạn, cũng không hề bị gián đoạn, nên phải là cùng khắp! Mà đã là cùng khắp thì quả đúng là: **"Phật Pháp Không Rời Thế Gian Pháp"**. Nghĩa là Phật Pháp không rời Vũ Trụ Vạn Vật, cũng là không rời Chúng Sinh! Không có chúng sinh, thì làm sao có Phật Pháp? Phật Pháp chẳng ngoài chúng sinh, chúng sinh chẳng ngoài Phật Pháp! Do lẽ đó mà ai tu hành nghiêm chỉnh cũng sẽ thành Phật.

Cái giây phút nhận ra được Tự Tính ấy, thật đúng ý nghĩa **"Mừng Phật Đản Sinh"**. Nó vừa thể hiện Phật Đản Sinh của chính mình, lại vừa báo hiếu được Cha Mẹ đời này, và cả Cha Mẹ bao đời trước, cũng là đền ơn Chư Phật Tổ, các Thiện Tri Thức cùng toàn thể muôn loài muôn vật.

*

Phật Đản Sinh

Mừng Phật Đản Sinh

*Nhẹ nhàng én lượn với mây bay
Thoang thoảng trầm hương, vi diệu thay!
Muôn loài hớn hở, phô nguồn sống
Chào đón Đản Sinh Đức Phật đây*

*Chim hót ca, suối đàn hòa tấu
Thác reo vui, hoa nở ngập trời...
Tràn mầu sắc, tung tăng cá lội
Mừng Đản Sinh Thế Tôn người ơi!*

*Hào quang chói, mười phương ba cõi
Tối tăm nào chẳng được chiếu soi
Trường mộng mơ, giật mình tỉnh giấc
Chúng sinh thôi ngụp lặn chơi vơi*

*Toàn vũ trụ nhiệm mầu, vi diệu
Muôn loài chung sức sống đáng yêu
Chưa từng đi, làm sao có đến?
Năng lực này siêu việt, việt siêu!*

Phật Đản Sinh

*Đản Sinh, ngày ghi ân, kỷ niệm
Đấng đại bi, trí tuệ vô biên
Hướng dạy em "Vượt mê về giác"
Giác xong thôi, ơn Phật em đền*

*Thật nghĩa thâm sâu Phật Đản Sinh
Là nhận ra mình, hết điêu linh
Vượt vòng ràng buộc, siêu ba cõi
Là Phật ngay đây, "Phật Đản Sinh"*

*Mừng Phật ra đời, Phật Thích Ca
Phật vẫn ngay đây, ngay chúng ta
Không trước, không sau, năm với tháng
Không bao thế kỷ, vẫn đây mà*

*Phật thật là đây, Phật Thích Ca
Không chi là gần cũng không xa
Ân Phật thâm sâu hàng ngày trả
Phật, "**Tiếng Cười Vui**" khắp mọi nhà…*

Phật Đản Sinh

Sao Gọi Cõi Sa Bà?

*Muôn loài vật quanh ta
Hiện hữu từng sát na
Sao nhiệm mầu vi diệu?
Ngay đây cõi Sa - Bà!*

*Chiêm ngưỡng từng cảnh lạ
Kính cẩn nghe điệu ca
Tinh vi siêu việt quá
Tuyệt thay cõi Ta - Bà!*

*Sinh động, lại hài hòa
Từng nhịp múa mưa hoa
Gió lùa tô mầu sắc
Vạn vật tươi mượt mà*

Phật Đản Sinh

*Kìa ai cất tiếng ca?
Giữa đại địa sơn hà
Ai vừa xòe tay múa
Giữa không tịch bao la*

*Chẳng hôm nay, hôm qua
Động tịnh từng sát - na
Khắp muôn loài muôn vật
Mà tịch tĩnh, không ngoa!*

*Ai chê cõi Sa - Bà
Vì chưa hiểu sâu xa
Cõi này không tên tuổi
Ngoài gán ghép ba hoa*

*Vẫn thân này mà ra
Khi mê ta là ma
Khi ngộ Pháp Giới Tính
Sao gọi cõi Sa Bà?*

Lễ Mộc Dục
(Lễ Tắm Phật)

"Tắm Phật" đây không có nghĩa thật là "Tắm Phật". Vì Phật đây là Phật Tính, mà đã là Phật Tính thì tự nó thanh tịnh, trong sạch tuyệt đối rồi; chúng ta là những kẻ phàm phu đầy ô nhiễm, làm sao lại có thể Tắm cho Phật được?

Nhưng để noi gương Đức Phật, Ngài đã tu hành vô cùng gian lao, khổ cực, Ngài cũng đã từng hướng ngoại tìm cầu, tầm sư học Đạo mãi mà không đạt được kết quả gì! Cho đến một ngày, Ngài tự phải tọa thiền để hướng vào nội tâm chính mình mới Giác Ngộ! Tức là nhận ra Phật Tính sẵn có nơi Ngài, và Phật Tính ấy cũng sẵn có ở muôn loài chúng sinh!

Như vậy là chúng ta cũng có Phật Tính! Chỉ vì vô minh tham, sân, si che lấp mà thôi! Nhưng nếu chịu tu hành, không cầu Phật bên ngoài, mà tự hướng vào nội tâm, là theo gót chân và theo đúng y chỉ, "Phương Pháp Tu" của Đức Phật. Thì một ngày nào đó "Mây Sẽ Tan, Trăng Sẽ Hiện". Nhờ vào phương tiện mà chúng ta có công phu. Nếu giữ được công phu không gián đoạn, thì chính công phu ấy sẽ tự quét đi cái màn vô minh sinh tử luân hồi để *Phật tự hiện toàn Thân Tâm chúng ta*. Thì đó là một cách tu đứng đắn nhất, đúng nghĩa nhất!

Để phù hợp với Chân Tâm Phật Tính ấy, thì dĩ nhiên chúng ta nên buông bỏ tận cùng mọi tập khí là những thói hư tật xấu như: ích kỷ, ghét ghen, tranh giành, ngạo mạn, ác độc... Có như thế mới thật đúng nghĩa "Tắm Phật"! Tức là chúng ta đang tự thanh tịnh thân tâm mình. Còn về Lễ Mộc Dục đây, chỉ là một Lễ noi gương, tán dương và tri ân Đức Từ Phụ Thích Ca Mâu Ni mà thôi!

Tắm Phật

Tôi tắm ai đây? Hay tôi tắm tôi?
Phật tuyệt thanh tịnh! Tôi toàn tội thôi
Ôi! tham sân si, mạn nghi đầy đủ
Vậy tôi tắm ai đây? Tôi tắm tôi!

Tôi tắm Phật, hay là tôi tắm tôi?
Phật thường tịch quang, tội tôi ngập trời!
Gạn sao tập khí tận, vô minh hết
Bật tiếng ai cười. Ổ! Phật hay tôi

Phật Xuất Gia

Xuất Gia là việc trọng đại. Lý do Xuất Gia của Phật hay của bất cứ ai cũng đều có sự thắc mắc, băn khoăn về mọi đau thương, vô thường của kiếp phù sinh, nên mới khao khát Chân Lý giải thoát để tự độ và tha độ (*giải thoát chính mình và giải thoát chúng sinh*). Do đó mà:

Xuất Gia vì quá thương yêu cha mẹ, vợ chồng, con cháu, gia đình và chúng sinh.

Xuất Gia vì muốn trả hiếu một cách tuyệt đối cho cha mẹ, bởi các Ngài đã cho **Thân** này với đầy đủ sáu căn.

Xuất Gia vì muốn trả ơn Phật Tổ, ơn Thầy đã cho con đường **Tâm Linh**, là con đường chân lý giác ngộ giải thoát luân hồi sinh tử.

Xuất Gia vì muốn ra ngoài cái *"Sinh, Lão, Bệnh, Tử"* vô thường và mọi khổ đau, mất mát.

Xuất Gia vì muốn giải thoát phiền não sinh tử cho chính bản thân mình, và giải thoát cho toàn thể chúng sinh.

Xuất Gia vì muốn trả ơn các vị ân nhân và muôn loài, muôn vật đã tạo dựng đầy đủ mọi vật dụng cần thiết, để nuôi thân mạng này mà tu hành.

Xuất Gia vì muốn trả ơn xã hội, quốc gia, dân tộc đã cùng hài hòa đóng góp công của, mồ hôi, nước mắt và tài năng để đất nước được phong phú về mọi mặt.

Xuất Gia vì muốn trả ơn các vị lãnh đạo quốc gia, xã hội đã điều động mọi qui luật, an ninh, trật tự, đối nội, đối ngoại để trị nước an dân.

Xuất Gia vì muốn trả ơn các vị anh hùng liệt sĩ, các vị anh thư, các chiến sĩ vô danh, hữu danh đã và đang hy sinh cho lý tưởng là bảo vệ cho quốc gia, dân tộc, để đất nước được thanh bình, muôn dân an lạc.

Xuất Gia vì muốn trả ơn các vị ân nhân, cũng như các vị oán thù, đều là những vị Thầy thiết thật nhất, đã trực tiếp khuyên bảo, dạy dỗ để mở con mắt Tâm cho chúng ta:

Người Ân là Thầy khuyên điều hay, lẽ phải để tinh tấn tiến tới Chân, Thiện, Mỹ.

Người Oán là Thầy dạy can đảm, hy sinh, nhẫn nhịn, để hạ cái bản ngã mà diệt sân si, tinh tấn để tiến tới từ bi, hỉ xả, bao dung, và tha thứ.

Xuất Gia vì không muốn bỏ bất cứ một ai, dù là chú sâu, cô kiến cho đến vạn loại hữu tình, vô tình, hữu hình, vô hình như thế nên mới xuất gia.

Chính vì các lý do kể trên, là những mãnh lực đã thúc đẩy chúng ta tự động, tự nguyện mà thi hành, chứ không ai có thể bắt buộc được ai! Tất cả chỉ vì muốn đạt được mục đích là trả ơn muôn loài, muôn vật một cách bình đẳng và tuyệt đối như vậy, nên con đường Xuất Gia là con đường cứu cánh vẹn toàn, không còn có chút sơ hở và thiếu sót nào cả.

Ngược lại, nếu là:

Vì bắt buộc, vì tị hiềm mà xuất gia
Vì nể ai, vì ganh đua mà xuất gia
Vì danh phận, vì lợi dưỡng mà xuất gia

Vì thất tình, vì chán đời mà xuất gia
Vì muốn trốn tránh khó khăn, chông gai ngoài đời mà xuất gia
Vì a tòng, tức là thấy người ta làm thì mình cũng làm theo mà xuất gia
Vì lười biếng, vì không nghề nghiệp mà xuất gia

thì cái kết quả của sự tu hành sẽ không được như ý lắm! Bởi gieo nhân nào thì sẽ gặt được quả ấy.

Gieo nhân nhỏ, thì được quả nhỏ.
Gieo nhân to, thì được quả to.
Gieo nhân gượng ép, thì được quả gượng ép.
Gieo nhân giả dối, thì được quả giả dối.
Gieo nhân tà, thì được quả tà.
Gieo nhân chính, thì được quả chính…

Nhiều người nói rằng: "Không cần đi tu, không cần xuống tóc, vì ai cũng có Phật Tính rồi. Thì đâu có cần Xuất Gia, Ngộ Đạo làm gì, cứ việc thỏng tay vào chợ".

Nhưng trong thực tế, thì không phải vậy! Vì chỉ với những vị đã Giác Ngộ thật sự mới là đại hùng, đại lực, đại trí tuệ. Các Ngài đã tu nhiều đời, nhiều kiếp thì mới có thể buông bỏ đến tận cùng về Thân Tâm, Thế Giới và Ngũ Dục... Các Ngài buông đến nỗi những dư âm, hay chỉ một khái niệm mơ hồ về những thứ ấy cũng không còn gì cả! Với những người chưa Giác Ngộ như chúng ta thì chưa, vì đụng đâu là dính đó!

Vậy thân tâm, thế giới và ngũ dục là gì?

Thân Tâm là: Ngũ Uẩn và Lục Căn:
Ngũ Uẩn là: Sắc, Thọ, Tưởng, Hành, Thức
Lục Căn là: Nhãn, Nhĩ, Tỉ, Thiệt, Thân, Ý

Thế Giới là sáu trần:
Sắc, Thanh, Hương, Vị, Xúc, Pháp

Và Ngũ Dục là:
Tài, Sắc, Danh, Thực, Thùy (tiền tài, ái dục, chức vị, thức ăn ngon và sự ngủ nghỉ).

Vâng, tất cả những thứ kể trên, các Ngài đã buông sạch, nên đã thể hiện được cái **Thật Tướng, Thật Hành và Thật Dụng** ngay chính ở bản thân các Ngài, cũng chính là nơi chúng ta đang hiện sống. Đúng là "Phật Pháp Không Rời Thế Gian Pháp". Lý Sự viên dung, ngay nơi huyễn hóa đầy cám dỗ, đầy dục vọng này mà các Ngài vẫn ung dung, vẫn tự tại sinh hoạt, vẫn hoằng hóa độ đời, nhưng không hề bị dính mắc một mảy may gì về Thân, Tâm, Thế Giới và Ngũ Dục đó!

Còn với chúng ta, thì hầu hết đã không chịu buông, mà trái lại còn tham lam, chất chứa càng nhiều càng tốt. Chỉ vì quá vô minh, quá yếu đuối, quá lười biếng, và sự ỷ lại đã quen, nên thiếu can đảm, thiếu nghị lực, thiếu tự tin. Do đó, tự chúng ta luôn tạo dựng, luôn sản xuất những vọng tưởng gàn dở, ngoan cố, độc tài để dàn xếp lương tâm một cách khéo léo mà ngụy biện, che chở, chống chế, bênh vực cho bản ngã.

Chỉ vì chúng ta là phàm phu ô nhiễm với vô minh sâu dầy của bao đời, bao kiếp nên:

Có nhiều người chấp nhận đau thương/sinh tử.
Bảo "đó là đời mà!"

Có nhiều người dửng dưng không cần tìm hiểu gì hết.
Bảo "đó là số mạng đã an bài thì phải chịu thôi!"

Có nhiều người bỏ số phận mình vào tay Thượng Đế, để Ngài bắt sao thì chịu vậy!

Có nhiều người vì ngạo mạn, tự ái cao, sợ sự thật!
Do đó sợ sự nghiên cứu, học hỏi sẽ lòi cái dốt của mình, và thấy cái giỏi của người!

Có nhiều người "tự ấn chứng" cho mình là đã thông suốt chân lý giải thoát, có thua gì Duy Ma Cật, nên luôn dạy người, dạy các vị tu sĩ...

Có nhiều người biết khá rõ về con đường giải thoát, và biết rất rõ là mình đang khổ sở với đầy nước mắt, nhưng họ vẫn còn ham ngũ dục nên trốn tránh, ngụy biện, đổ cho hoàn cảnh này, hoàn cảnh kia!

Có nhiều người biết rất rõ con đường giải thoát trước sau gì cũng không tránh được, nhưng vì hèn yếu, lười biếng, sợ va chạm, sợ chông gai khi bước chân vào con đường ấy.

Nói cho cùng, đều là do nghiệp quả mà ra cả, nên mới có quá nhiều trở ngại, cớ này, cớ khác, v.v... Trái lại, với những người nhiệt thành khao khát chân lý giác ngộ thật sự, thì dù phong ba, bão táp, dù vàng son ngập trời cũng không gì ngăn cản ý chí của họ được! Như Thái Tử Tất Đạt Đa sống trong cung vàng, điện ngọc, vợ đẹp, con khôn, ngôi Vua sẵn sàng có trong tay, mà Ngài lại buông bỏ hết để đi xuất gia, tầm sư học Đạo, kiếm một con đường cứu khổ cho chính mình và giải thoát cho chúng sinh.

Đấy! Với Đức Phật mà còn phải xuất gia thì thử hỏi chúng ta là cái gì mà cứ viện đủ cớ, và còn giỏi hơn cả Đức Phật nữa?

Nói như thế không có nghĩa là khuyên hết tất cả mọi người đi Xuất Gia! Như đã nói ở trên, việc Xuất Gia không một ai có thể ép buộc ai được, mà chỉ là tự nguyện. Tuy nhiên với những ai thật chân thành, muốn được rốt ráo, không còn chút sơ hở nào trên con đường buông xả Thân Tâm, thế giới đến tận cùng, để có được cái kết quả tuyệt đối, thì Đức Thích Ca làm sao, chúng ta cũng làm y như vậy. Đức Từ Phụ từ khi Xuất Gia, cho đến khi Đắc Đạo, hỏi có bao giờ Ngài trở lại sống với vợ không? Hay chỉ là trở về để viếng thăm, để khích lệ, để độ cho cha mẹ, vợ con, họ hàng đi tu mà thôi! Điều đó chứng tỏ sự ái dục không còn gì, và sự thanh tịnh đã tuyệt đối!

Kể ra thì:

Cái răng cái tóc là góc con người, mà đem cạo bỏ nó đi thì cũng ảnh hưởng đến nhan sắc thật. Ôi thật là phí uổng!

Đang ăn mặn mà bị ăn chay, thì lạt lẽo làm sao!

Đang lè phè, ung dung muốn làm gì thì làm, nay tự phải khép mình trong giới luật thì khổ biết là nhường nào!

Đang ngủ nghỉ thoải mái, thì nay công phu phải đúng giấc, đúng giờ, vậy có khác gì đi tù đâu!

Đang ái dục chồng chồng, vợ vợ, nay bị dẹp bỏ không còn gì cả, thì tiếc nuối là lẽ đương nhiên!

Nhưng sự thật muốn cái này thì phải mất cái nọ, còn cứ muốn đủ thứ, thì khó mà được cái quả viên mãn, đó chính là lý nhân quả không sai trái bao giờ!

Do lẽ đó, đã gọi là buông xả thì nên buông xả thật. Đã gọt tóc xuất gia thì nên gọt tóc xuất gia một cách chân thật. Đó là buông bỏ **"Cái Thân"**.

Còn buông bỏ **"Cái Tâm"** thì phải bỏ hết mọi tập khí, thói hư thật sự, nghĩa là bỏ không còn một chút vướng mắc nào của thế giới trần lao này nữa!

Chúng ta là những người tầm thường, yếu đuối nên mới phải cần phát nguyện thề bồi. Thì cái đầu trọc, tấm áo cà sa, với giới luật nghiêm chỉnh, và công phu miên mật từng phút, từng giây, cùng những lễ nghi đầy đủ ý nghĩa đều là những phương tiện quý hóa.

Những hành trang này khích lệ, nhắc nhở chúng ta trực tiếp tinh tấn, nỗ lực, và can đảm mà tu hành, sao cho Lý Sự vẹn toàn từ ngoài vào trong, từ trong ra ngoài. Để Thân Tâm đều tinh khiết, thanh tịnh tuyệt đối như tấm y giới luật. Nghĩa là Thân Tâm mình chính là tấm y thanh tịnh, và tấm y thanh tịnh lại cũng chính là Thân Tâm mình. Tức "Y là người và người cũng là y" thì mới xong.

Tóm lại:

Khi Xuất Gia là đã khá hiểu lẽ vô thường khổ đau *"Sinh, Lão, Bệnh, Tử"*.

Khi đang tu học (với công phu miên mật và mọi công quả chấp tác) là tự động buông bỏ mọi thói hư, tật xấu, tức là đang thực hành Tứ Thánh Đế *"Khổ, Tập, Diệt, Đạo"*

Và khi đã mở con mắt Tâm, là đã thấy "**Thật Tướng**", thì mới hiểu đúng nghĩa để mà "**Thật Hành**", và mới có thể "**Thật Dụng**" được! Tức là tới lúc đó mới thật thực hành "**Bát Chính Đạo**" và "**Lục Ba La Mật**". Khi thực hành đúng y chỉ của "**Bát Chính Đạo**" và "**Lục Ba La Mật**" là đã đúng nhiệm vụ, và trách nhiệm Ba La Mật của các Vị Bồ Tát!

Thật ra mà nói, căn cơ thấy biết và sự giác ngộ của chúng sinh có nhiều trình độ, nên sự thực hành về "Bát Chính Đạo" và "Lục Độ" cũng sai biệt theo trình độ... Do đó mà Y Kinh Diễn Nghĩa, Tam Thế Phật Oan là thế!

Vì:

Khi con mắt Tâm chưa mở, thì sự thực hành của chúng ta chưa đúng độ sâu sắc của nó, nên việc thực hành toàn là hình tướng và hình thức! Do đó chỉ được phúc báu.

Bởi chưa được trọn vẹn cả phúc lẫn trí, vì lẽ đó mà có Bồ Tát Sơ Phát Tâm.

Khi con mắt Tâm đã hé mở, nhưng tùy theo đã hé mở đến cỡ nào, thì nhiệm vụ và trách nhiệm Bồ Tát Đạo sẽ tương ứng với cái rốt ráo nhiều hay ít của cỡ ấy mà thôi.

Và khi con mắt Tâm đã mở thật sự, thì việc thực hành sẽ đầy đủ cả khế cơ lẫn khế lý, là cả lý lẫn sự. Tức là đã trọn vẹn về cả phúc lẫn trí, cho nên việc thực hành về "Bát Chính Đạo" và "Lục Độ Ba La Mật" tự động được viên mãn. Lúc ấy Bát Chính Đạo và Lục Ba La Mật tự hỗ tương cho nhau: *trong Bát Chính Đạo có Lục Độ Ba La Mật, và trong Lục Độ Ba La Mật có Bát Chính Đạo.*

Bát Chính Đạo:

        Chính Kiến
        Chính Tư Duy
        Chính Ngữ
        Chính Nghiệp
        Chính Mệnh
        Chính Tinh Tấn
        Chính Niệm
        Chính Định

Sáu Ba La Mật:

        Bố Thí
        Trì Giới
        Nhẫn Nhịn
        Tinh Tấn
        Thiền Định
        Trí Tuệ

Chính Kiến là con mắt Tâm đã mở, đã thấy rõ thật tướng của vũ trụ vạn vật. Đó là cái **Chính Kiến chính xác** vượt đúng/sai, không phải là cái thấy giới hạn của Vọng Tâm Thức nhị biên phân biệt.

Chính Tư Duy: Với cái nhìn siêu việt là Chính Kiến như thế nên suy tư mà lại vô tư, vì không còn rơi vào sự phân biệt của Tâm Ý Thức. Đó là cái *Chính Tư Duy* vô cùng nhậy bén trong tích tắc. Nó chính là cái tính sáng suốt chính xác, không bao giờ sai hoặc lẫn lộn được! Còn sự suy nghĩ là thuộc về Ý Căn (tức thức số bảy) thì lúc nào nó cũng nhớ/quên, biết/không biết, vì hoàn toàn bị tùy thuộc vào sự giúp đỡ của tiềm thức.

Chính Ngữ: Khi thấy đúng, hiểu đúng như trên, thì tự phát ra những ngôn ngữ đứng đắn, không sai trái, mà vô ngại rốt ráo.

Chính Nghiệp: Đã thấy biết, suy diễn, hiểu tường tận tuyệt đối như vậy, thì mọi hành động dù to, dù nhỏ đều hoàn hảo. Đó là *Chính Nghiệp*, có vai trò vô cùng quan trọng. Chính Nghiệp là thực hành một cách Ba La Mật mọi nhiệm vụ, và có trách nhiệm đối với tất cả mọi việc. Chính Nghiệp cũng chính là cái Chính Hạnh: từ bi, hỉ xả, nhẫn nhịn, bao dung, độ lượng, tinh tấn, nhẫn nại, bố thí, trì giới, công phu, định huệ.

Chính Mệnh: Như vậy là trong Chính Nghiệp tự động có cả sáu Ba La Mật rồi. Xin nhắc lại là trong khi thực hành Chính Nghiệp thì dù việc lớn, việc nhỏ, đều được làm bằng một cái Tâm tuyệt đối bình đẳng, nên nhiệm vụ và trách nhiệm hoàn toàn tuyệt hảo không sơ hở. Cái không có chút sơ hở ấy là do sự Chú Ý Tuyệt Đối, tức Chính Niệm, và cũng là *Chính Mệnh* vì Tính Tướng nhất như, Tính Tướng y một. (**Chính Niệm** ở đây là **Chân Như Niệm,** chứ không phải **chính niệm/tà niệm** của Thức tương đối).

Chính Tinh Tấn, Chính Định và Chính Tuệ: Nếu lúc nào cũng có chính niệm, là có sự chú tâm tuyệt đối như thế, thì tự động là *Chính Tinh Tấn* cũng là *Chính Định* và *Chính Tuệ*, vì trong Định có Tuệ, trong Tuệ có Định; Định / Tuệ không rời nhau.

Khi thực hành và chấp tác được đến như vậy, thì tự động bao gồm cả Lục Độ, tức tự động đang bố thí ba la mật, đang trong Trí Tuệ Mệnh (chính mệnh). Cũng là đang trì giới, đang nhẫn nhịn, đang công phu, đang chuyển nghiệp thiện/ác một cách ba la mật đúng nghĩa. Cũng là kết quả của việc **Xuất Gia** đã trọn vẹn về sự hiếu đễ và mọi oán ân, nợ nần đều đã xong xuôi!

*

Lễ Thí Phát Quy Y
(Xuống Tóc)

"Chúng sinh vô biên thệ nguyện độ
Phiền não vô tận thệ nguyện đoạn
Pháp môn vô lượng thệ nguyện học
Phật Đạo vô thượng thệ nguyện thành"

Xả mái tóc là buông Thân Tâm, Vũ Trụ
Mặc áo Như Lai tự thanh tịnh Thân Tâm
Vào nhà Như Lai thấm nhuần Diệu Pháp thậm thâm
Ngồi Tòa Như Lai Vũ Trụ muôn loài đồng là Tính Giác

Vì:
Muốn trọn câu thề con Qui y xuống tóc
Nguyện xả Thân này cho vẹn Đạo Từ Bi
Nguyện bật tận gốc tam độc Tham, Sân, Si
Nguyện gánh vác sứ mạng Như Lai tuyệt đối

Phật Xuất Gia

Mặc áo Như Lai, con nguyện xả danh tài, ái dục
Mặc áo Như Lai, con nguyện chuyển hóa muôn bề
Mặc áo Như Lai, con nguyện chẳng còn dám ngã mạn, si mê
Mặc áo Như Lai, con nguyện thề nhẫn nhục

Vào nhà Như Lai, con nguyện vượt siêu phàm tục
Vào nhà Như Lai, con nguyện buông xả thân tâm
Vào nhà Như Lai, con nguyện tu sửa mọi lỗi lầm
Vào nhà Như Lai, chúng sinh con xin nguyên độ

Ngồi tòa Như Lai, chúng sinh con xin phục vụ
Ngồi tòa Như Lai, ôm trọn bạn và thù
Ngồi tòa Như Lai, muôn loài đồng nhất thể
Ngồi tòa Như Lai, người vật chẳng còn ai

Mừng Phật Thành Đạo

Thật ra thì không có Phật để thành, vì Phật là *"Phật Tính"*, là *"Tính Không"*, là *"Chân Không Diệu Hữu"*, chứ không phải là một vật cho nên không có cái gì để Chứng, để Đắc. Do đó mà **"Vô Tu Vô Chứng"** là thế. Đúng y như Bát Nhã Tâm Kinh:

"Thị Chư Pháp Không Tướng"

tức muôn loài, muôn vật đều là *"Tính Không"* nên chẳng Chứng, chẳng Đắc một cái gì cả! Đó là nghĩa tối thượng.

Nhưng chính Bát Nhã Tâm Kinh lại nói:

" Sắc Bất Dị Không, Không Bất Dị Sắc
Sắc Tức Thị Không, Không Tức Thị Sắc"

Nghĩa là:

"Sắc chẳng khác Không, Không chẳng khác Sắc
Sắc Chính Là Không, Không Chính Là Sắc"

Vậy thì:

Muôn loài, muôn vật đều là *"Tính Không"*

Và đích thị:

"Tính Không" đều là muôn loài, muôn vật.

Cho nên:

"Phật Pháp không rời Thế Gian Pháp" là thế đó!

Vì vậy mà, tại thế gian này đương nhiên vẫn phải có *"Phật Thành Đạo"* chứ!

Trong thực tế, rất hợp lý về cả hai mặt Đời và Đạo; là phải có **Tu** rồi mới có **Chứng**, có làm mới có ăn, có nhân mới có quả. Bởi thế phải nói Có rồi hãy nói Không, nói từ thấp rồi hãy nói cao, chứ tự nhiên cứ nói thật cao tột thì ai mà hiểu cho được!

Chúng ta ai cũng biết sau bốn mươi chín ngày tĩnh tọa dưới gốc cây Bồ Đề, Thái Tử Tất Đạt Đa đã Giác Ngộ, đã Thành Đạo, có nghĩa là Ngài đã nhận ra "Phật Tính" sẵn có nơi Ngài, và "Phật Tính" ấy đều có ở muôn loài chúng sinh chúng ta.

Do lẽ đó mà Đức Phật đã nói:

"Ta là Phật đã thành,
Chúng sinh là Phật sẽ thành"

Vâng, bất cứ là ai trực nhận ra "Phật Tính" này cũng đều là Phật và tự động được thoát khỏi phiền não, khổ đau, thoát cả sinh tử nữa.

"**Phật Tính**" là bản tính chân thật của chúng ta. Nó không phải là một vật nên lúc nào lại chẳng thường hằng. Dĩ nhiên là nó đã hiện hữu trước khi cha mẹ sinh ra ta, và bây giờ nó cũng vẫn đang hiện hữu, bất biến. Vì thế Phật Tính còn được gọi là "***Bộ Mặt Trước Khi Cha Mẹ Sinh Ra***". Khi chúng ta được sinh ra thì cái ấy nó không phải tái tạo, và khi chúng ta chết thì cái ấy cũng không hề biến mất! Nó không phân biệt Nam/Nữ, không nhuốm mầu Thiện/Ác. Nó vốn thanh tịnh và không thể so sánh nó với bất cứ cái gì!

Cho nên Đức Phật dạy: "Chỉ có thể tạm gọi là ***Phật Tính***, là ***Tính Không***, là ***Chân Như***... mà thôi!" Chứ thật ra cái ấy không có tên, không có tuổi để gọi, nên chẳng thể đặt tên cho nó được.

Về cái lý là như thế, nhưng về cái sự thì cũng vẫn còn lắm gian nan cho những ai muốn nhận ra "Phật Tính" của mình!

Ngay Đức Phật còn phải buông bỏ cung vàng, điện ngọc, vợ đẹp, con khôn để đi tầm sư học Đạo suốt sáu năm trong rừng già, cực khổ tột cùng mà vẫn chẳng đạt được kết quả gì cả! Cho đến khi Ngài phải tự tĩnh tọa suốt bốn mươi chín ngày để hướng vào nội tâm mới Giác Ngộ, tức là đã nhận ra cái Đạo lý vi diệu thâm sâu, chính là Tính Thấy, Tính Biết rốt ráo, siêu việt thời gian, không gian! Cái ấy không thể nguyện cầu, nài nỉ, van xin, mong muốn mà có được! Và cũng không một ai có thể ban phát cho ai, dù người ấy là Phật!

Cái thấy biết siêu việt này nó vốn vô tướng, mà lại không rời hữu tướng; Dĩ nhiên là hơi khó hiểu, chúng ta có thể tạm hiểu sơ qua như ví dụ sau đây:

Khi ăn thì tự biết là mình "no"
Khi uống cũng tự biết là mình hết "khát"

Như vậy là không ai có thể ăn hay uống hộ cho ai được. Có nghĩa là tự mình thấy, tự mình biết rõ ràng là mình no, là mình hết khát! Chứ không phải ai thấy, ai biết hộ cho mình được!

Do lẽ đó mà không thể nào hướng ngoại để tìm cầu, tức là đi cầu Phật bên ngoài! Nếu cầu được thì Đức Phật từ bi đến thế đã cho chúng ta hết rồi! Cũng chỉ vì không thể cho được, nên Ngài mới phải hướng dẫn chúng ta bằng những tấm bản đồ thật chính xác, là muôn phương pháp và mười hai Đại Tạng Kinh để chúng ta nương theo những tấm bản đồ ấy mà thực hành, đi cho trúng đích, tức là hướng vào nội tâm mình mà phanh phui những thiện/ác, tốt/xấu để tự tu, tự sửa, tự hành, tự chứng, tự đắc...

Còn việc đi nhanh hay đi chậm là do chính chúng ta phải nỗ lực.

Nếu muốn qua sông thì tự mình phải vượt sông, dù sông sâu tới cỡ nào! Nếu muốn leo đồi, leo núi thì cũng tự mình phải cố gắng mà leo, mà trèo dù núi, đồi cao tới đâu!

Còn nếu không muốn vì còn ham chơi, còn lười biếng, còn ham danh, ham tiền tài, ham ái dục... Thì cũng lại tự mình viện đủ mọi cớ để che đậy cho tự ngã, nên thường đổ thừa: vì thế này, tại thế nọ là vị ấy chưa đủ duyên để tu!

Đức Phật dạy rằng: "chỉ có con người là có đầy đủ sáu Căn: mắt, tai, mũi, lưỡi, thân, ý nên mới có thể tu hành được rốt ráo và tiến tới cứu cánh giải thoát sinh tử, còn những loài khác thì không thể!". Vậy là chúng ta chỉ có thể thành Phật khi làm thân người.

Những ai may mắn đang được làm thân người, thì đừng để mất cơ hội, chớ uổng phí thời gian, đừng chấp vào mọi hư ảo, huyễn hóa là Có Thật! Tức là đừng chấp vào cái không bao giờ tồn tại ấy là *"Mình"* và *"Của Mình"*, đừng bị những hư ảo huyễn hóa đó chi phối rồi đắm chìm theo chúng để khổ đau, hết sinh lại tử!

Tại sao không tự hỏi rằng: "Nếu để mất cái Thân người này đi, thì biết đến bao giờ mới được trở lại làm Thân con người, để có dịp tiến tu tới Chân Lý Giải Thoát?"

Trong Kinh nói:
"Phải giữ trọn vẹn năm Giới mới được làm người"

Nhưng hỏi có mấy ai đã giữ được đủ năm Giới?

Vậy mất Thân này thì rồi sẽ ra sao?

Cho nên chúng ta hãy thực tế, nắm ngay lấy cơ hội hiện hữu đang được làm Thân người này mà Tu cho mau, kẻo rồi không kịp, có hối hận thì đã quá trễ! Và cũng đừng bao giờ quên rằng: "Đã là Loài Người, thì bất cứ là ai mà chịu khó tu hành rốt ráo để nhận ra được Chân Tính sẵn có của mình, thì cũng đều được gọi là "Đã Đắc Đạo", hay nói một cách khác là "Đã Thành Đạo" hay "Thành Chính Quả" y như "Phật Thành Đạo".

Chú ý: Mọi danh từ: đến/đi, nội/ngoại, có/không, chứng/đắc... đều là phương tiện, đều là giả danh.

Mừng Phật Thành Đạo

Phật Thành Đạo

Hỏi trăng tròn hay ai đã tròn trăng?
Phải trăng vô thỉ, phải trăng vô sinh?
Phải trăng hình tướng? Phải trăng vô hình tướng?
Mừng Phật Đạo thành, Ồ! Phật y trăng

Thôi giã từ sáu nẻo
Hết đọa đày đớn đau
Tràn hào quang muôn màu
Đấng đại bi Thành Đạo

Trăng tròn hòa bình minh
Mười phương chung Tính Linh
Khiết tinh trầm hương ngát
Cam lồ sương lung linh

Mừng Phật Thành Đạo

*Hoa muôn hoa bừng nở
Chim hót mừng muôn phương
Muôn loài bừng tỉnh giấc
Mừng Thế Tôn Đạo Thành*

*Vui mừng Phật Thành Đạo
Hết phiền não lao đao
Giác ngộ vui giải thoát
Vẹn thệ xưa năm nào!*

*Ánh Đạo vàng chiếu tỏa
Vẫn ngay đây chói lòa
Tám tư ngàn môn pháp
Khắp vũ trụ bao la*

*Nương theo tùy pháp môn
Em cũng gặp Thế Tôn
Để chung vui Thành Đạo
Mừng cùng chung cô thôn!*

*Sát na chưa hề xa
Cùng đang cất tiếng ca
Cùng tuệ trăng soi chiếu
Cùng cặp chân vi diệu*

Phật Nhập Diệt

Với con mắt thế gian thì có sống, có chết. Ai cũng phải chết nên Đức Phật cũng phải chết như mọi người thường, đó là vì chúng ta vô minh nên chỉ biết chấp chước mọi sự vật qua hình tướng.

Nếu sâu sắc hơn thì sẽ hiểu rằng Chân Tâm, Phật Tính không tùy thuộc vào sinh tử. Nó siêu việt vũ trụ, vạn vật, nói rõ hơn là nó siêu việt tất cả mọi hình tướng! Song nó cũng không tách rời hình tướng. Cho nên khi nói đến Phật Nhập Diệt thì chúng ta nên hiểu rằng: *"Phật đây là Phật Tính"*. Mà đã là Phật Tính thì nó không ảnh hưởng gì tới sinh diệt, cũng không ảnh hưởng gì tới đớn đau, vui buồn, sướng khổ, vì nó không phải là một vật, do đó Phật Tính không biến mất khi chúng ta chết, và cũng không phải tái tạo khi chúng ta sinh ra. Nó tự ra ngoài thật/giả, có/không, nhưng lại không rời thân tâm, thế giới, vũ trụ vạn vật này một giây phút nào cả!

Cho nên mất thân này là tự động có ngay thân khác là thế! Để tuyệt đối vẹn toàn "Hữu Trí, Hữu Thân", tức thân tâm viên mãn dù chúng ta có muốn hay không muốn.

Sau đây là những chứng minh qua Kinh sách, qua những lời của Phật, của Tổ đã thuyết.

Theo như Bửu Tạng Luận, Đại Sư Tăng Triệu dạy rằng:

Với Chân Không Diệu Hữu ấy chúng ta không thể chấp là thật hay là giả, vì nó vô danh, vô ngôn, vô thuyết, phi vật, phi thân, phi tâm; tức là tự nó ra ngoài tất cả những gì chúng ta gán ghép cho nó bởi vì:

Nó là "Vô Thân", vì Vô Thân mà là "**Đại Thân**"
(Bởi Không Thân, nên Thân mới bao trùm cả hư không)

Nó là "Vô Tâm", vì Vô Tâm mà là "**Đại Tâm**"
(Bởi Không Tâm nên Tâm mới bao trùm vũ trụ vạn vật)

Trong Kinh Kim Cương, Phật cũng dạy rằng:

"Phi thân, thị danh Đại thân" là vậy.
(Nghĩa là: Không Thân tức là Thân to lớn)

Cho nên, đã là "Đại Tâm" thì đương nhiên Tâm cùng khắp vũ trụ vạn vật, và đã là "Đại Thân" thì đương nhiên Đại Thân tự ứng dụng, đầy đủ vẹn toàn!

Còn nếu chúng ta chấp Thân là Thân thật, thì mất đại ứng dụng của Thân! Và nếu chúng ta chấp Tâm là Tâm thật, thì mất cái đại trí của Tâm!

Vì vậy, nếu chúng ta *lìa bỏ được Thân Tâm*, tức lìa bỏ được mọi tri kiến giới hạn của Thức Tâm, là cái thấy biết của Kiến, Văn, Giác, Tri (cũng là cái thấy biết của mắt, tai, mũi, lưỡi, thân, ý phàm phu luôn dính mắc của chúng ta) thì mới thấy được cái "**Chân Tính**", tức là cái Đại Thân, Đại Tâm, Đại Trí và cũng là "**Đại Đạo**". Nghĩa lìa bỏ ở đây là lìa bỏ cái tri kiến phàm phu để hội nhập tri kiến Phật, chứ không phải vứt bỏ Thân Tâm Thế Giới này đi, thì lại lạc vào Vô Ký Không, tức là Hữu Tâm (tâm thức nhị biên phân biệt) mà Vô Trí (Trí Huệ Bát Nhã).

Để rõ hơn về "**Đại Đạo**" theo Bửu Tạng Luận có một thí dụ: "Người thợ bạc gom góp hỗn hợp nhiều miếng vàng to nhỏ, hình tướng khác nhau đem bỏ chung vào một cái lò mà rèn đúc các thứ ấy thành một bức tượng bằng vàng, tức là cái thể chung đã tạo thành bức tượng vàng này nên gọi nó là "**Đại**". Vì các miếng vàng ấy dù to, dù nhỏ, dù trong hình tướng nào chăng nữa, trông có khác nhau về hình dạng cũng như kích thước, và trọng lượng nặng nhẹ theo con mắt thế gian! Nhưng cái bản thể chung của chúng thì vẫn đồng đều là vàng cả, nên được gọi là "**Dung Tướng**", tức nhiều tướng dung hợp thành **một Thể**, "**Nhất Thể**", còn gọi là "**Đại Thể**", hay là "**Đại Đạo**" thì cũng thế!

Cũng nghĩa ấy, trong lò đúc **Đại Đạo của tạo hóa, vũ trụ vạn vật này** có muôn ngàn sai biệt, đồ dùng hữu dụng cho đời được chế biến nhiều vô cùng, vô tận... Với con mắt thế gian thì thấy chúng khi **thành**, khi **trụ**, khi **hoại**, khi **không** nhưng cái bản thể hay cái **Thể Tính** chung của chúng thì vẫn chẳng thêm, cũng chẳng bớt.

Thật đúng là:

Một là tất cả, tất cả là một
Một là muôn ngàn sai biệt, muôn ngàn sai biệt cũng vẫn là một
Ngàn sóng là biển, biển là ngàn sóng
Tính, Tướng như như
Tính, Tướng thường trụ
Tất cả là do công dụng của Nhất Pháp, Nhất Thừa, Phật Thừa mà thành tựu vạn lượng. Vì lẽ đó mà Kinh nói:

"Sum la cập vạn lượng, nhất pháp chi sở ấn"

tức muôn loài, muôn vật chỉ là một pháp, là tự tính, là bản thể gồm đủ vạn hữu là thế! Nó là nhất thừa, là Phật Thừa, là Phật Tính bình đẳng. Phật chúng sinh bất nhị, vô ngôn, vô thuyết, mênh mông khó lường, khó bàn, khó nghĩ. Tất cả viên mãn, từ cây cỏ, muỗi mòng, cho đến một hạt bụi, một lân hư trần... đều từ Nhất Thừa hay Phật Thừa mà ra cả.

Ai hiểu được là người có Pháp Nhãn Bát Nhã đã sáng tỏ, mới thông suốt được "Nhất Thừa", thông suốt được "Đại Đạo". Vì vậy mà Kinh nói: Nếu thấu hiểu được, thấy được "**Chân Nhất**", "**Tri Nhất**" thì mọi việc đều xong, có nghĩa là thâm nhập được Tự Tính, và với Tự Tính ấy mà tái sinh, chẳng chút vọng tưởng gì thì tự động là bậc thánh.

Còn người chưa thấu rõ thì hay tin tà, tin dị đoan. Chính Tín của người ấy rất yếu vì còn nhiều "chấp chước" cho nên họ rất khó thâm nhập diệu lý. Bởi họ luôn luôn có vọng nhị kiến (của kiến, văn, giác, tri, còn gọi là vọng tâm hay vọng kiến), nên luôn đi ngược lại với chân lý.

Những vị này thì phải ví như những người ở trong kho chứa nhiều thứ làm bằng vàng. Họ chỉ thấy các hình tướng của những thứ đồ làm bằng vàng như vòng vàng, giây chuyền vàng, bông tai vàng... nhưng họ không thấy được cái bản thể chung của những thứ ấy luôn luôn là vàng! Chung qui cũng chỉ vì vọng niệm của họ luôn khởi đủ thứ tri kiến phân biệt hình tướng đẹp xấu, thật giả. Họ đã không thấy được cái bản chất của vàng và tự làm mất đi cái bản thể của vàng, vì chỉ sống với sự luận bàn, tranh cãi trong thức tâm phân biệt. Đó là phàm phu mê muội đã đánh mất bản tính bởi chấp tâm, chấp tướng, chấp cảnh, chấp đủ thứ sai biệt điên đảo, để rồi trôi lăn theo với mọi chấp chước ấy mà thọ hết thân này đến thân khác.

Do đó những ai chấp hữu tướng, trân quí hữu tướng, thì sợ vô tướng, vì chấp cái thân này là thật nên quí trọng nó, muốn sống mãi với nó, và sợ nó chết là bị đi vào cái vô tướng, cho nên rất sợ vô tướng!

Còn người có tu hành mà chưa rốt ráo thì lại trân quí cái vô tướng, rất sợ hữu tướng! Vì không hiểu rõ thật nghĩa của Bát Nhã Tâm Kinh nên đã coi khinh, coi rẻ cái thân, coi rẻ nơi chúng ta đang hiện sống. Chỉ vì chấp nó là giả, là huyễn hóa nên coi thường nó, sợ nó, muốn hoàn toàn vứt nó đi để về nơi vô tướng (gọi là Thiên Đường, là Cực Lạc) mới cho là vĩnh cửu.

Có biết đâu rằng hữu tướng và vô tướng vốn chẳng khác vì:

Sắc tức là Không, Không tức là Sắc.
Sắc chẳng khác gì Không, Không cũng chẳng khác gì Sắc.

Sắc chính là Không, Không lại chính là Sắc.
Cho nên chẳng phải dùng "Sắc" để diệt thành "Không"!

Giống như nước đang chảy im lìm bị gió thổi mà thành bọt nước, nhưng "bọt" ấy chính là "nước" rồi, thì chẳng cần phải diệt "bọt" ấy đi thì mới có "nước". Vì "nước" và "bọt" không khác nhau.

Cũng thế, không cần diệt "Sắc" đi mới thành "Không" hay diệt "bọt" đi để thành "nước". Thật là tức cười vì "nước" là "bọt" và "bọt" đã là "nước" rồi, chẳng phải lìa "nước" mới có "bọt" hay lìa "bọt" mới có "nước". Cho nên "Không" vô tận thì "Sắc" cũng vô tận là vậy.

Người thích hữu tướng, sợ vô tướng vì họ chẳng biết hữu tướng tức là vô tướng.

Kẻ thích vô tướng, sợ hữu tướng vì họ chẳng biết vô tướng tức là hữu tướng.

Thật ra thì vô tướng hữu tướng đều là Tự Tính mình, ngay nơi mình, và ngay nơi chúng ta đang hiện sống.

Theo luận giải trong Bửu Tạng Luận như trên, chúng ta không khỏi có những suy tư và những câu hỏi đại khái như:

Sau khi Phật Nhập Diệt thì hiện giờ Phật ở đâu? Phật hiện đang ở chỗ vô tướng hay sao?

Những vị đã giác ngộ, những vị đã thâm nhập chân lý giải thoát, hiện giờ các Ngài ở đâu sau khi đã chết? Hay các Ngài cũng đang ở chỗ vô tướng?

Thật ra mà nói thì các vị Phật, các vị đã Giác Ngộ chỉ là thị hiện **sống** mà chẳng phải "**có**", thị hiện **chết** mà chẳng phải "**không**". Các Ngài chẳng có vọng tâm lấy bỏ, dù trải qua

Phật Nhập Diệt

muôn ngàn sinh tử, mà chỉ tùy theo Pháp Tính tự nhiên chẳng hề nổi ý phân biệt. Ấy là chẳng có ngã hay vô ngã.

Còn phàm phu chúng ta thì ngược lại, có vọng tưởng là Tâm Thức si mê nên tự sáng tạo đủ thứ thấy biết (kiến, văn, giác, tri). Có biết đâu **Tự Tính** vốn **vô danh** mà chúng ta gán tên nơi vô danh, **Tự Tính** vốn **vô tướng** mà chúng ta gán tên nơi vô tướng, cho nên các "Danh", các "Tướng" ấy đã lỡ bị tạo lập, thì vọng tưởng do đó mà sinh, để rồi Phật Tính bị chôn vùi, đại đạo bị ẩn khuất.

Do những lẽ trên đây, xin mời tất cả chúng ta lại cùng suy tư:

Nếu quả thật các vị Phật cũng như các vị đã Giác Ngộ sau khi chết, hiện đang ở nơi Vô Tướng tức nơi Chân Không Diệu Hữu, không dính dáng gì với thế gian này thì đi ngược lại với Kinh, Luật, Luận của Phật, của Tổ như một vài dẫn chứng sau đây:

Kinh nói: *"Phật Pháp không rời Thế Gian Pháp"*

Bát Nhã Tâm Kinh:

"Sắc chính là Không, Không chính là Sắc"
"Sắc chẳng khác Không, Không chẳng khác Sắc"
Tức (vũ trụ vạn vật này toàn là Sắc, toàn là Không;
Thì cũng đúng là phật pháp không rời thế gian pháp)

Lăng Nghiêm Kinh:

"Tính là Tướng, Tướng là Tính"
Tức "Vô Tướng là Hữu Tướng, Hữu Tướng là Vô Tướng"

Vậy: Vũ trụ vạn vật toàn là hữu tướng, và toàn là vô tướng, thì đúng là:

"Phật Pháp không rời Thế Gian Pháp" rồi!

Pháp Hoa Kinh:

"Cảnh vốn tự Không, đâu cần hoại Tướng"

Tuy vũ trụ vạn vật này thấy như toàn là "Tướng" nhưng thật ra không cần phải hủy hoại chúng nó đi rồi mới thấy là "không có Tướng", thì cũng y nghĩa của Bát Nhã Tâm Kinh,

và dĩ nhiên là:

"Phật Pháp không rời Thế Gian Pháp".

Duy Ma Cật Kinh:

Các Sắc tự chúng đã là Không, chẳng phải chờ Sắc diệt rồi mới là Không! Tính của các Sắc tự Không, Ngũ uẩn cũng y vậy; các Căn (nhãn, nhĩ, tỉ, thiệt, thân, ý), các Trần (sắc, thanh, hương, vị, xúc, pháp), và thế giới vũ trụ vạn vật này cũng y như thế.

Vậy thì *"Phật Pháp có rời Thế Gian Pháp đâu?"*

Pháp Bảo Đàn Kinh:

Lục Tổ Huệ Năng cũng dạy về: "Chân Như Tính, Phật Tính, Pháp Giới Tính" như sau:

*Nếu đã gọi là **"Tính"** thì tự nó khởi Niệm, nhưng là **"Chân Như Niệm"** không do nhân duyên mà có, tức là không có đối đãi như Vọng Tâm Thức Phân Biệt của chúng sinh! Tổ nói tiếp: "Nếu không có cái **"Tính"** ấy, thì tất cả các Căn (mắt, tai, mũi, lưỡi, thân, ý) và tất cả các Trần (sắc, thanh, hương, vị, xúc, pháp) đều bị hoại ngay lập tức!*

Cho nên:

Không có chúng sinh thì không có Phật.
Không có con người thì không có Kinh sách.
Và nếu không có con người thì vạn pháp vốn chẳng thể tự có.

Do lẽ ấy *Phật Pháp làm sao mà rời Thế Gian Pháp* cho được?

Mọi biện luận, mọi chứng minh theo Kinh sách là như vậy để chúng ta tự hiểu, tự rõ biết tất cả mọi chúng sinh, kể cả Phật, cả Tổ ở đâu sau khi chết?

Ghi Chú

Tự Tính cùng khắp, siêu việt số lượng thời gian, không gian, chẳng một, chẳng hai, chẳng ba, chẳng thể suy xét, chẳng thể nghĩ bàn, chẳng thể phán đoán.

Tất cả những danh từ trong bài này: Giả chân, sống chết, đại tiểu, hoại thành... đều là phương tiện, đều là giả danh.

*

Phật Nhập Diệt

*Nhập diệt đây, vượt hết sinh tử rồi
Nhập diệt đây, chẳng còn có luân hồi
Nhập diệt đây, về nguồn chân tuyệt đối
Nhập diệt đây, chân thật sống mãi thôi*

*Nhập diệt đây, nhân quả hết thật rồi
Nhập diệt đây, ta cùng khắp nơi nơi
Nhập diệt đây, ta hiện hữu không rời
Nhập diệt đây, ta có mặt trên đời.*

Đóng Cửa Sáu Nẻo Luân Hồi

Thật ra, sáu Căn (Mắt, Tai, Mũi, Lưỡi, Thân, Ý) của con người là gì? Là sáu nẻo Luân Hồi hay là lục thông Vi Diệu?

Xin thưa:

Với những người vô minh đầy ngã chấp: **Nó là Sáu Nẻo Luân Hồi** (*Trời, Người, A Tu La, Ngã Quỉ, Súc Sinh và Địa Ngục*).

Với những người vô ngã luôn khiêm cung, học hỏi tu hành tinh tấn mãi đến mục đích giải thoát: **Nó là Lục Thông Vi Diệu** (*Vì Lục Thông thiên biến vạn hóa: Khi sáu, khi một, khi chẳng phải sáu cũng chẳng phải một, và tự động vượt ngoài cả sáu lẫn một*).

Muôn loài động vật trên thế gian này đều không có đầy đủ sáu Căn! Đặc biệt chỉ có loài người mới có đầy đủ sáu Căn, và vì có đầy đủ sáu Căn nên mới có cơ hội hiểu được chân lý giải thoát để vượt ra khỏi Sinh Tử Luân Hồi.

Sự thật mà nói thì **sáu Căn** Nhãn, Nhĩ, Tỉ, Thiệt, Thân, Ý (tức là Mắt, Tai, Mũi, Lưỡi, Thân, Ý) đều vô tội! Chỉ tại cái Ý Thức phân biệt mới tạo nên mọi phiền não! Do lẽ đó, mà những người vô minh nhiều, tập khí nhiều, thì sáu Căn này sẽ dẫn họ vào sáu nẻo Luân Hồi và cứ luẩn quẩn mãi ở trong ấy, không sao thoát ra được! Cũng chỉ vì vô minh nên cứ gieo "**Nhân**" tạo "**Nghiệp**" mãi, để phải nhận lãnh cái nghiệp "**Quả**" mãi là thế!

Những người biết tu hành, nhất là người đã mở con mắt Tâm thì sáu Căn của họ là "Lục Thông" đầy diệu dụng, thiên biến vạn hóa ở ngay Thân Tâm này, và ở ngay tại cõi đời này.

Bởi thế sáu Căn của chúng ta vô cùng quan trọng mà lại cũng vô cùng nguy hiểm! Biết dùng thì dù mục đích gì, khó khăn tới đâu cũng sẽ được toại nguyện! Còn không biết dùng thì mọi thương đau, tan tác, và mọi bi ai nhất của cuộc đời lúc nào cũng chờ đón chúng ta!

Nói như thế quả không ngoa, cũng không hề vọng ngữ. Vì từ ông Hoàng, bà Chúa, cho đến các tỉ phú, các vĩ nhân, các vị phát minh, sáng tạo được những gì tuyệt vời nhất, dù nổi danh, nổi tiếng tới đâu trong mọi chủng tộc, trong mọi Tôn Giáo với những giáo điều gì, quyền phép siêu việt tới đâu, có chịu tin hay không tin, thì cái dòng nghiệp lực nhân quả ấy vẫn không cần biết! Nó cứ âm thầm diễn tiến và tính toán dùm chúng ta một cách thật phân minh, bình đẳng, đồng đều về "**Nhân**", về "**Quả**", về "**Nghiệp Báo**" cho tất cả mọi người, để mà sửa soạn đi vào sáu nẻo Luân Hồi, dù chúng ta có muốn cưỡng lại cũng chỉ là vô ích!

Tuy nhiên như đã nói ở trên là loài người có đầy đủ sáu Căn vô cùng hữu dụng, có thể hiểu được **Chân Lý Giải Thoát,** và cũng biết cách giải quyết là nhổ tận gốc cái dòng nghiệp lực âm thầm diễn tiến không ngừng nghỉ ấy đi.

Nhổ bằng cách nào?
thưa: Bằng cách *chuyển hóa* chúng.

Qua "***Thiền Trực Chỉ***", ta dùng Ý Căn làm phương tiện thẳng tiến sâu vào tận sào huyệt là Thức Số Tám, tức từ "Mạt Na Thức" (*Thức số bảy*), thẳng vào A Lại Gia Thức (*Thức số Tám,* cũng là "**Vô thủy vô minh**"), để giải quyết cội gốc của sinh tử, là tự động chuyển tất cả cácThức thành Trí! (Khi mê là **Thức** và khi Ngộ là **Trí**, thật ra chỉ là đổi cái tên gọi mà thôi). Cách tu này là dùng Thức số Bảy, tức chúng ta đi từ trong ra ngoài, từ gốc ra ngọn.

Vậy muốn giải thoát hay không muốn giải thoát là do chính chúng ta tự định đoạt lấy, để tự mình đi vào sáu nẻo Luân Hồi, hay tự mình biến sáu nẻo ấy thành sáu cửa giải thoát, vốn dĩ của nó cũng chính là lục thông vi diệu! Do đó, mặc ai nói đông, nói tây nhưng trong thực tế lý và sự phải luôn luôn đi đôi cho nên có rất nhiều người bảo rằng:

Sáu nẻo Luân Hồi là sáu nẻo du hí! Thì cũng đúng với những ai đã mở con mắt Tâm thật sự, thì tự họ chính là cái "**Vô tu, vô chứng, vô đắc**", nên thái độ của họ luôn luôn khiêm cung và tươi mát!

Những ai quá nhiều tập khí, lạnh lùng, kiêu ngạo, dám tự ấn chứng cho mình là đã chứng, đã đắc, thì sáu nẻo du hí của họ vẫn chỉ là luẩn quẩn trong sáu nẻo Luân Hồi mà thôi! Bởi những vọng niệm ngã mạn tự ấn chứng ấy, đã làm lạc mất cái "**Chân**" của sáu Căn (*Nhãn, Nhĩ, Tỉ, Thí t, Thân, Ý*), là "**Thể tính vô trụ**", cũng là "**Pháp Thân**" trống rỗng! *Đã là Thật Tướng trống rỗng, thì Vi Dí u Nhi m Mầu hóa hi n muôn pháp và Vi Dí u Nhi m Mầu nên lại tự trống rỗng chẳng có một Pháp: "Cảnh vốn tự không đâu cần hoại tướng". Cũng là tự bình đẳng, bất nhị! Bởi thế chẳng thể lấy, chẳng thể bỏ cũng chẳng thể ở chính giữa! Thì hỏi rằng chứng, với đắc và sáu nẻo du hí đó ở đâu?*

Lại có nhiều người nói rằng ai cũng có Phật Tính, ai cũng đã "**Cưỡi Trâu**" về nhà rồi (đã giác ngộ), thì Luân Hồi sáu nẻo thật là vô cùng lý thú, và cái trò chơi sáu nẻo ấy rất vui! Nên cứ việc sống thả giàn đi, muốn ăn cứ ăn, muốn chơi cứ chơi, muốn ngủ cứ ngủ cho đã! Muốn làm gì thì làm… Những thứ đó chính là sự tự do, tự tại còn phải kiếm ở đâu nữa!

Và cũng có nhiều người đã quá chán chường, hãi hùng cho cảnh phù du, bể dâu nước mắt thì họ cho việc sinh tử là trọng đại, nên cần phải giải quyết càng sớm càng tốt, để làm sao chỉ chết một lần trong đời này thôi, không còn phải chết nhiều lần và sẽ không bao giờ chết nữa.

Nhưng hầu hết chúng ta khi phải đối diện với sự thật như gặp những nguy cơ, tai biến, những hoạn nạn thương đau, những thảm họa đổ vỡ của gia đình, những bệnh nan y đe dọa và mọi sự chết chóc, thì sự ngoan cố, ngã mạn cũng sẽ hạ bớt, mọi lý luận nông cạn, đoán mò kia đã bị lung lay! Chỉ còn lại toàn là sự hãi hùng với những dòng nước mắt khó ngăn cản! Vì "trâu cười" chẳng thấy đâu, mà chỉ thấy cái nhà quàn với những chiếc quan tài đang chờ đợi!

Quyền tự do và mọi ý kiến đều được kính trọng nên:

Ai thích vui chơi sáu nẻo thì cứ vui chơi, còn ai sợ hãi sáu nẻo thì tìm phương cách giải quyết, và sau đây là trường hợp của những ai thích vui chơi sáu nẻo, nên đã tự do dùng sáu Căn của mình, để mỗi Căn dính với mỗi Trần một cách thật thoải mái chỉ vì:

- ✓ Không hiểu rõ nhân quả nên không sợ nghiệp báo!
  Vì không tin!
  Hay vì tự cho là sự tu hành của mình đã cao, không còn bị ảnh hưởng gì với Luật Nhân Quả nên:

- ✓ Khi **mắt thấy các Sắc** tức là thấy tất cả những gì có **Hình Tướng** mà ưa thích, thì vội dính mắc ngay, mê say ngay những thứ ấy.

Thí dụ:

Thấy người đẹp thì **si** người đẹp
Thấy con cái thì **dính** con cái
Thấy Vợ Chồng thì **dính** Vợ Chồng (*tức là dính ái dục!*)
Thấy vật sang thì **mê** vật sang
Thấy kim cương, bạc, vàng thì **đắm chìm** trong bạc, vàng… Còn những gì bất lợi cho bản thân mình thì không thích, cho nên tránh né và ghét bỏ! (*Nghĩa là dính mắc tất cả những gì có lợi cho bản ngã, vì trân quí và yêu thương mình quá độ!*)

✓ Khi **Tai** nghe những tiếng nhạc hay, tiếng hát hay, tiếng khen ngợi, tán tỉnh, nịnh bợ thì vui thích. Còn ngược lại thì tránh né, giận dỗi, chê bai!

✓ Về **Mũi, Lưỡi, Thân, Ý** thì cũng như thế. Mỗi Căn này với mỗi đối tượng của nó đều bị dính mắc, đam mê như vậy! Tức là ưa thích những gì mình chọn lựa, và ghét bỏ những gì mình không thích như hai thí dụ ở trên!

Tất cả đều do Thức Tâm vô minh, phân biệt lấy bỏ, yêu ghét, dính mắc, si mê đã tạo nên những thành kiến độc tài, mọi tập khí ngạo mạn, tham lam, ích kỷ, ghen ghét, thủ đoạn, tranh dành, độc ác, sân si để rồi đi đến chiến tranh và chết chóc! Đó là những kết quả *"đụng đâu dính đó"* của sáu Căn do chính mình tự điều khiển, chính mình tự gieo nhân, tự tạo quả, tự dựng nên nghiệp báo, để tự đưa chính mình vào sáu nẻo Luân Hồi! Đó là những trường hợp của những người thích **du hí Luân Hồi** và những người **tự ấn chứng** cho mình là đã **Giác Ngộ**, thì thay vì sáu nẻo Luân Hồi nhưng họ lại cứ tưởng là sáu nẻo du hí!

Chú Thích về Căn và Trần

Những Căn, Trần ấy là:

Sáu Căn: Mắt, Tai, Mũi, Lưỡi, Thân, Ý
Sáu Trần: Sắc, Thanh, Hương, Vị, Xúc, Pháp.

Mỗi **Căn** trên thân thể chúng ta đều có một đối tượng là **Trần** (Sáu Căn là *Thân của chúng ta,* còn Sáu Trần là *Vũ Trụ Thế Giới hay* còn gọi là *Trần Thế*)

Nhãn Căn (*Mắt*): Đối tượng là ***Sắc Trần***
  (Muôn loài, muôn vật có hình tướng)
Nhĩ Căn (*Tai*): Đối tượng là ***Thanh Trần***
  (Mọi âm thanh của thế gian)
Tỉ Căn (*Mũi*): Đối tượng là ***Hương Trần***
  (Mọi mùi hương của muôn loài, muôn vật)
Thiệt Căn (*Lưỡi*): Đối tượng là ***Vị Trần***
  (Mọi vị ngọt đắng, mặn nhạt của muôn loài, muôn vật)
Thân Căn (*Thân Xác*): Đối tượng là ***Xúc Trần***
  (Xúc cảm của thân với lạnh nóng, trơn nhám, mềm cứng cùng với muôn sự vật của thế gian)

Ý Căn (*Ý*): Đối tượng là Mọi *Pháp Trần*
(Mọi ý niệm về muôn loài, muôn vật,
hình tướng, vô tướng, bất cứ là cái gì,
ngay cả ý nghĩ cũng là Pháp Trần)

Bây giờ nói đến phần những ai là người đã chán ngán Sinh Tử và sợ hãi Luân Hồi mới đi kiếm đường tu. Không tu theo cách "Đốn Ngộ" thì tu theo cách "Tiệm Tu", tu cách nào cũng đi đến mục đích giải thoát sinh tử cả. Thật ra thì trong "Đốn Ngộ" có "Tiệm Tu" và trong "Tiệm Tu" là đã có "Đốn Ngộ" vì:

Đốn Ngộ: Là lối tu khắt khe sắt đá, có thể "**Kiến Tính**" liền trong một đời! Nhưng sau khi "Kiến Tính" rồi mới khởi tu, tức là cần thời kỳ "Bảo Nhậm" khá dài để buông bỏ mọi tập khí (Đấy là trong "Đốn Ngộ" có "Tiệm Tu").

Tiệm Tu: Là lối tu từ từ, nếu tu thật đúng cách, và thật nỗ lực thì cũng sẽ "Kiến Tính". Lối tu này một công mà được hai việc là vừa bỏ tập khí vừa tiến tới Giác Ngộ. (Đấy là trong "Tiệm Tu" có "Đốn Ngộ").

Nếu dùng "Tiệm Tu" mà biết cách thực hành Lục Độ và Bát Chính Đạo trong "**Tuyệt Đối**", tức trong "**Định Huệ**" thì kết quả cũng sẽ y như "Đốn Ngộ" (Nhưng không phải chỉ tu nông cạn là cứ luẩn quẩn mãi trong Tiền Ngũ Thức và Ý Thức tức năm Thức đầu và Thức số Sáu*)*.

Lục Độ là: Bố thí, trì giới, nhẫn nhục, tinh tấn, thiền định, và trí tuệ.

Bát Chính Đạo là: Chính kiến, chính tư duy, chính ngữ, chính nghiệp, chính mệnh, chính tinh tấn, chính định, và chính tuệ.

Bát Chính Đạo và Lục Độ liên hệ mật thiết với nhau, hỗ tương cho nhau; Trong Lục Độ có Bát Chính Đạo và trong Bát Chính Đạo có Lục Độ, nếu chúng ta thực hành cho đúng mức, là y chỉ đúng nghĩa rốt ráo của nó, thì kết quả cũng sẽ rốt ráo đúng y như vậy.

Với những ai đã mở con mắt Tâm thì đương nhiên nhất cử nhất động đều tự động chính xác về "Định Tuệ" từ cách nhìn, cách suy nghĩ, cách nói, cách hành động, cách cư xử. Mọi điều đều vô cùng phù hợp với Lục Độ và Bát Chính Đạo, **vì họ chính là Lục Độ và Bát Chính Đạo.**

Với những ai còn đầy vọng tưởng, bởi nhất niệm vô minh, cũng là Tâm Thức nhị biên phân biệt, đã hiểu lầm cái *"Hữu vi của vô vi"* tức chấp Hữu Vi là thật có, nên mới đem một Tâm chia ra thành sáu (tức sáu Căn), do đó mà có sáu nẻo Luân Hồi để có Sinh có Tử! Nếu muốn hết Sinh Tử, thì phải dùng phương tiện nào để *nhiếp thu sáu Căn* ấy trở về **Nhất Tâm**, tức "**Chân Nhất**", là cái *"Vốn vô vi mà không rời hữu vi"*!

Khi chúng ta đã hiểu sơ về nguyên nhân của những phiền não ấy, lại có phương tiện trong tay để thực hành, ta sẽ chuyển hóa dần dần vọng tâm thức phân biệt kia. Tâm thức phân biệt là cái Nhất Niệm Vô Minh, chính là chủng tử của Vô Thủy Vô Minh (Thức số Tám) cũng là nguyên nhân của tương đối, thủ phạm đem chia một Tâm làm sáu căn. Và nay nếu muốn siêu việt Thức số Sáu ấy về nguyên thủy của nó, bằng cách "**Lấy Độc Trị Độc**", là dùng ngay nó để Thiền sâu, thắng vào Thức số Bảy và Thức số Tám mà quét sạch cái hang ổ "Vô Thủy Vô Minh" (cũng là Thức số Tám), tức cội nguồn dung chứa mọi chủng tử, nhân quả, nghiệp báo của thiện ác, sinh tử!

Cách tu này là dùng Thức số Sáu, tức chúng ta đi từ ngoài vào trong, từ ngọn vào gốc.

Nhờ sự **quét dọn**, tức *"công phu miên mật"* là Thiền thâm sâu đã **thẩm thấu**, quét vô minh đến tận gốc rễ của các chủng tử ô nhiễm sinh tử đó! Nên nguyên thủy bản thể vô sinh của "Nhất Niệm Vô Minh" (*Thức số Sáu*) tự hiện hữu, đồng thời nguyên thủy của Thức số Bảy và Thức số Tám cũng ló dạng! Nói một cách khác cho dễ hiểu hơn, nhờ những trận gió thổi mạnh tức công phu miên mật làm mây tan những vọng tưởng vô minh đi, thì vầng trăng sáng vốn sẵn có tự hiện ra, do đó:

THỨC		**TRÍ**
Nhất Niệm Vô Minh, Thức Số sáu (Tâm Thức Phân Biệt)	thành:	"Vô Phân Biệt Trí"
Mạt Ba Thức, Thức Số Bảy, (Bản Ngã Vô Minh)	thành:	"Bình Đẳng Tính Trí"
A Lại Gia Thức, Thức số Tám, (Vô Thủy *Vô Minh, Cội Nguồn Sinh Tử*)	thành:	"Đại Viên Cảnh Trí"

Khi Nhất Niệm Vô Minh (Thức số Sáu) đã được chuyển thành "Vô Phân Biệt Trí" thì nó không còn làm các Căn dính mắc với các Trần Lao nữa! Vì Thức số Sáu chuyển là tự động Thức số Bảy, Thức số Tám và năm Thức đầu đều chuyển theo.

Dĩ nhiên, trước khi được kết quả như vậy thì chúng ta phải dũng mãnh, tự nguyện chấp nhận mọi gian nan và mọi đòi hỏi không thể thiếu là công phu miên mật với lòng nhiệt thành, kiên trì, nhẫn nại, tinh tấn, nỗ lực, cùng sự can đảm hy sinh; Nghĩa là không quản ngại thời gian dài hay ngắn, và mọi chướng ngại, thử thách dù cam go đến đâu cũng chẳng bao giờ sờn lòng thối chí! Nếu cứ thế mà tiến sâu mãi thì sào huyệt "Vô Thủy Vô Minh" nào không tan, sinh tử nào còn tồn tại được nữa!

Sau đây là phương cách thực hành Lục Độ và Bát Chính Đạo trong Tuyệt Đối. Chúng ta cần sự chú tâm *tột độ* với công phu, là toàn thân tâm được thu hút *đồng nhất* trong mọi động tác dù nhỏ như rửa mặt, chải răng, quét nhà, rửa chén, cho đến việc to như xây cất, phát minh, và ngay cả khái niệm, lời nói... Nếu tất cả mọi việc đều được thực hành với công phu một cách thật sâu sắc, thật rốt ráo, thật đúng nghĩa của nó thì đương nhiên mọi hành động lớn nhỏ không thể nào ra ngoài công phu, tức là khi đang làm việc mà vẫn không rời công phu như:

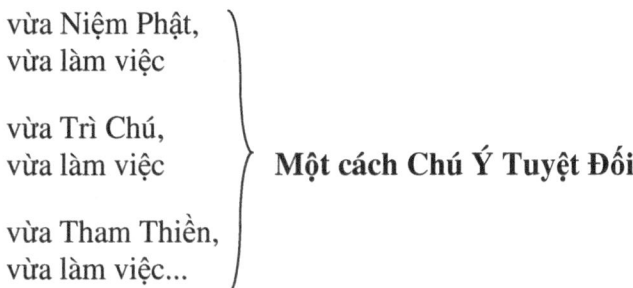

vừa Niệm Phật,
vừa làm việc

vừa Trì Chú,
vừa làm việc

vừa Tham Thiền,
vừa làm việc...

Một cách Chú Ý Tuyệt Đối

Mục đích chính là giữ sao cho công phu ấy thật miên mật, tức công phu không bị gián đoạn, thì tự động khi **mỗi Căn** tiếp xúc với **mỗi Trần** đều đang thực hành Lục Độ và Bát Chính Đạo một cách chính xác! Kết quả thật là hoàn hảo cho từng Căn, từng Trần trong từng giây phút, và cũng là đang đóng cửa sáu nẻo Luân Hồi trong từng sát na vậy!

Tại sao trong khi thực hành như vậy mà lại là đang tự động thực hành Lục Độ và Bát Chính Đạo?

Vì khi mắt cần và phải va chạm với đối tượng là mầu sắc hay hình dạng của bất cứ cái gì, là người hay vật, để làm việc, để học hỏi, để hành xử, giao tế thì với công phu: "Mắt" sẽ tự động chăm chú 100%. Cái đó là *"Chính Kiến"*, là cái đang chú tâm vào vật đối tượng thật đích xác, thật rõ ràng; Nên sự việc thi hành được chu đáo Tuyệt Đối! Với năm Căn kia: Tai, Mũi, Lưỡi, Thân, Ý thì cũng y như vậy.

Cũng vì có công phu miên mật trong khi làm việc miệt mài như thế, nên tâm thức phân biệt không có cơ hội để khởi bất cứ vọng niệm gì, do đó mà không có cái gì có thể làm chúng ta dính mắc! Tâm tự động không bị giao động bởi những đẹp xấu, hay dở ... và hoàn toàn bặt đi cái ý niệm so sánh của nhị biên phân biệt.

Khi chúng ta nhập một với công việc, tức là bị thu hút vào công việc cùng công phu miên mật thì lúc đó: ***Thân, Tâm, công việc là đồng nhất***, nên bộ óc tạm ngưng hoạt động, Nhất Niệm Vô Minh ngừng, cũng là đang lìa được ý thức! Thời gian này dài chừng nào thì độ Thiền sâu chừng ấy, và giây phút Kiến Tính có thể bừng nở bất cứ lúc nào suốt thời gian đó! Còn nếu hoa chưa kịp nở thì dù ít, dù nhiều, Tâm chúng ta cũng là đang trong "**Chính Định**". Còn Thân, vì là đang làm việc quá chú tâm, quá hăng say, do đó không có một chút sơ hở nào, nên kết quả sẽ vô cùng mỹ mãn, thì phải chăng đó là:

Chính Tuệ, Chính Nghiệp, Chính Mệnh

Còn nữa, khi đang làm việc một cách rốt ráo "Tuyệt Đối" như thế, thì dĩ nhiên là bằng cả Thân Tâm, chúng ta đang ***Bố Thí***, đang ***Trì Giới***, đang ***Nhẫn Nhịn***, đang ***Tinh Tấn***. Đồng thời cũng đúng cả ý nghĩa của Bồ Tát Đạo là bằng cả Thân Tâm chúng ta đang thực hành **"Ba La Mật"**!

Thật vậy, trong tất cả mọi công việc, dù tinh thần hay vật chất, lớn đến đâu, nhỏ đến đâu, chúng ta cũng đều áp dụng bằng cách chú tâm tuyệt đối với "**Tất cả Thân Tâm trong Công Phu Định Huệ**", như vậy thì:

"Sáu Căn Y Một, Một Y Sáu Căn"
"Phúc Đồng Trí, Trí Đồng Phúc"
"Động là Tịnh, Tịnh là Động"
"Huệ là Định, Định là Huệ"
"Thể là Dụng, Dụng là Thể"
"Tính là Tướng, Tướng là Tính"

Đúng là:

"Một là Tất Cả, Tất Cả là Một"

Cũng đương nhiên tự nó siêu việt:

    Cả Sáu lẫn Một
    Cả Căn lẫn Trần
    Cả Phúc lẫn Trí
    Cả Định lẫn Huệ

Thì có phải là: ***"Thật Tướng, Thật Hành, Thật Dụng"***
không?

Và có khác gì "Phật Pháp Không Rời Thế Gian Pháp" đâu!

Hãy dùng cùng phương pháp ấy mà thực hành với những Căn khác, khi chúng ta cần sự ứng dụng của từng Căn để mà làm việc thì:

Tai **Chú Tâm** Nghe mọi Âm Thanh

Mũi **Chú Tâm** Ngửi mọi Mùi Hương

Lưỡi **Chú Tâm** Nếm mọi loại Vị   *một cách Tuyệt Đối Vi Tế*

Thân **Chú Tâm** Xúc Chạm muôn Vật

Ý **Chú Tâm** Tiếp Xúc muôn Pháp

Cứ mỗi Căn tiếp xúc mỗi Trần cùng với Công Phu thật miên mật Siêu Vi Tế đến thế mà làm, mà nghe, mà tiếp xúc, là chúng ta đang thực hành đúng, tu đúng y chỉ của Lục Độ, của Bát Chính Đạo, và kết quả sẽ thấy rõ:

Lục Độ: là cái đối trị với sáu căn thức (tức sáu cái thức của sáu căn) đã bị đóng bít bởi Cái Bất Giác Vô Minh làm sáu căn thức cách bức nhau.

Nay được Lục Độ chuyển hóa, sáu Căn Thức ấy trở về "Nguyên Thủy" của chúng thì tự động chúng là **"Lục Thông Vô Ngại"**, là "Diệu Quan Sát Trí", là "Vô Phân Biệt Trí".

Bát Chính Đạo: Là cái đối trị "Đệ Bát Thức, Thức số tám", (là *hầm sâu đen tối "Vô Thủy Vô Minh", cũng là hang ổ của Sinh Tử*).

Đóng cửa sáu nẻo Luân Hồi bằng cách chuyển hóa "Bát Thức" trở về "Nguyên Thủy" của nó là "Đại Viên Cảnh Trí", để Đệ Bát Thức này không còn phải là cái Thức lăng xăng, khi tái sinh thì vào đầu tiên và khi chết lại ra sau cùng, và cũng là để nó không còn phải đa đoan trong Tương Đối nữa! Mà tự vượt ngoài cái tới lui, ra vào lôi thôi ấy!

Tóm lại thực hành được như vậy là *chuyển Thức thành Trí*. Khi xưa vì Vọng nên Tâm Thức lầm lỡ làm ngăn cách **"Căn Trần"**! Một Tâm mà lại đi chia "Thành Sáu, Thành Mười Hai" bởi vì mê lầm cái *"Hữu Vi của Vô Vi"*! Nay nhờ Công Phu Miên Mật nên Nhiếp Thu được "Tất Cả Các Căn Trần" về **"Chân Nhất"** để rồi Tâm tự động chẳng còn Số Lượng nên là "Đồng Dụng", cũng là Lục Thông. Chẳng còn sáu nẻo Luân Hồi! Mà chỉ toàn là Định, là Huệ mà thôi!

Hãy chiếu theo Kinh Bát Nhã với con mắt Bát Nhã, thì sẽ nhìn thông suốt **"Chân Nhất"** qua *Sắc / Không* để thấy rõ "Thân Thật Tướng", tức "Nhất Tướng"! Cái "Nhất Tướng" là cái "Không Tướng", tức cái **"Vốn Vô Vi"**, nhưng không thể rời Hữu Vi. Nó chẳng Tướng, chẳng không Tướng nên chẳng sạch chẳng nhơ, chẳng một chẳng nhiều, chẳng Vô Vi chẳng Hữu Vi, chẳng Sinh chẳng Tử! Rồi vượt số lượng, vượt thời gian, không gian, vượt danh từ ngôn ngữ, vượt cả đầu, cả cuối lẫn cả giữa nữa!

Ghi Chú:
Mọi danh từ: Tiến Lui, Ra Vào, Yêu Ghét, Lấy Bỏ, Muốn /Không Muốn, Thành /Không Thành, nhổ tận gốc rễ, phá hủy, vượt ... chỉ là phương tiện, chỉ là giả danh!

Tiếng Chim Hót

Chỉ một tiếng chim hót
Làm Đất chuyển trời rung
Làm vũ trụ phải ngừng
Lắng nghe chim này hót

Chỉ một tiếng chim hót
Làm vũ trụ nổ tung
Làm thời gian phải ngừng
Chỉ còn là tiếng hót

Chỉ một tiếng chim hót
Vang dội khắp mười phương
Tiếng chim đầy tình thương
Chưa bao giờ ngưng hót

Chỉ một tiếng chim hót
Thức tỉnh hết người mê
Mang chúng sinh trở về
Thực tại nghe chim hót

Chỉ một tiếng chim hót
Giật mình: "ta đây rồi"
Thời gian, không gian chết
Chim chẳng hót một lời

Vọng Tưởng Từ Đâu?

Chân Như Phật Tính hay còn gọi là cái Tự Tính Niết Bàn thì thường Lạc Vô Ngại. Tại sao tự nhiên lại có Vọng Tưởng là những thứ suy nghĩ miên man đảo điên không bao giờ dứt như thế?

Xin thưa: "Chỉ vì một Niệm Mê Mờ tự khởi lên Vọng Tưởng, không có nguyên do! Nhưng đã là *'Vọng'* thì không phải *'Thật'*. Trong Kinh Lăng Nghiêm Đức Phật dạy như vậy"

Vâng, cái Niệm Mê, Vô Minh này từ *"Vô Thỉ, Vô Sinh"* (hay còn gọi là cái Bất Tư Nghì) khởi lên. Mà đã gọi là *"Vô Thỉ Vô Sinh"* thì không có cái bắt đầu cũng không có cái cuối cùng, vậy làm sao lại có chỗ khởi! Do đó chúng ta nên hiểu cái Vọng Niệm Mê ấy chỉ là *"Vọng"* thôi, vì vậy mới gọi nó là *"Niệm Mê"* giống như ở trong mơ thì đâu có gì là Thật!

Nếu không hiểu rõ thì ai cũng Chấp Thật cả, để rồi tự đi vào mọi phiền não, đau thương, Nhân Quả Nghiệp Báo, Luân Hồi, Sinh Tử!

Cũng vì *"Một Niệm Mê"* này mà trong Kinh nói rằng sự bắt đầu của Đạo là sinh ra *"Một"*, hay là *"Nhất"*.

"Một" này là **Vô Vi**. Vô Vi đây, dù chỉ là khái niệm về cái Giác (Biết) một cách mơ hồ, thơ ngây, tự nhiên, chưa rõ rệt gì cả, nhưng tuy vậy nó cũng đã có một chút xíu vật chất nên không hoàn toàn tinh khiết! Do lẽ đó mà nó không thể là *"cái Tính* **Vốn Vô Vi,** *là cái Tuyệt Đối Tinh Khiết, là Pháp Tính, là Cha Mẹ, là căn bản của Vạn Pháp* được."

Rồi từ cái "Một" đó mà sinh ra cái "Hai". Cái "Hai" này là Vọng Tâm Thức, tức Vọng Tâm Thức của "Kiến, Văn, Giác, Tri" (Thấy, Nghe, Hay, Biết) còn gọi là "Vọng Kiến" hay "Vọng Nhị Kiến" thường tình của chúng ta. Trong Cái Tâm Thức Thấy, Nghe, Hay, Biết đó có Ý Thức, là Thức Số Sáu, tức cái Thức luôn phân biệt chia hai. Và vì luôn chia hai nên mới có Năng, có Sở, có Ta, có Người, có Âm, có Dương, có Thân, có Tâm, có cảnh, có Động, có Tịnh và muôn cảnh vật... Cái Tâm Thức Nhị Biên này còn gọi là Nhất Niệm Vô Minh hay một Niệm Bất Giác cũng vẫn là tên của Niệm chia hai.

Vậy tất cả cũng chỉ vì từ "Một" là Vô Vi; Từ Vô Vi sinh "Hai" là Vọng Tâm Thức Phân Biệt; Từ "Hai" sinh "Ba" là Vạn Pháp...

Do lẽ đó Vọng Tưởng và tội lỗi đều do Tự Ngã giả dối tạo dựng nên: có Năng, có Sở như đã nói ở trên. Nhưng Vọng Tưởng lại càng bi đát và ngày càng nặng hơn vì từng giây phút, ngày qua ngày chúng ta phải tiếp xúc, liên hệ với ngoại cảnh (tức là các Giác Quan của chúng ta phải tiếp xúc với mọi đối tượng của nó, nghĩa là sáu Căn luôn tiếp xúc với sáu Trần) mà có sự phân biệt không thể ngưng, và sự suy nghĩ không thể ngừng. Đó là hậu quả của một Niệm Bất Giác ban đầu mà có đủ loại Vọng Tưởng như thế.

Những Vọng Tưởng này chẳng ngoài sự yêu ghét, hơn thua, buồn vui, đẹp xấu, sướng khổ, thật giả... Cứ như thế mà chúng ta bám víu vào chúng để nhớ, để thương, để hờn, để giận, để thù oán...

Mọi sự thấy, nghe, hành động bởi phản ứng của sự tiếp xúc với những đối tượng là muôn loài, muôn vật đều bị kho Tạng Thức số Tám lưu giữ lại:

Những hình bóng dù là chi tiết vi tế nhất của mọi hành động, lời nói, ý tưởng... đều tự động bị phản chiếu trong Tâm, cũng giống y như tấm gương tự động phản chiếu mọi vật, dù nhỏ bé nhất cũng không một mảy may thiếu sót. Mặc dù Tâm ấy, gương ấy không hề cố ý phản chiếu!

Do những bóng hình bị lưu giữ trong Tâm như vậy, nên khi có sự tiếp xúc, giao tế, liên hệ hàng ngày mà đủ Nhân Duyên với hình ảnh nào trong Tâm Thức, thì tự động những hình bóng ấy trồi lên thành sự suy nghĩ của chúng ta. Đó, những cái ấy là Vọng Tưởng!

Nhưng những Vọng Tưởng này vốn không hiện hữu và trường tồn mãi được! Chúng chỉ tạm theo nhân duyên hiện tại hội đủ mà trồi lên thôi, tức chúng trồi lên theo duyên liên hệ đến những gì chúng ta đã thấy, đã nghe, đã học, đã làm, đã xảy ra trong quá khứ và những gì không có trước mặt...

Khi đã hiểu những Vọng Tưởng giả dối ấy không có thật chất, mà chúng chỉ là những gì do chính chúng ta tự thêu dệt, tự tưởng tượng ra, thì cần gì để ý và bám víu vào chúng, vì trong thực tế những gì có tạo tác thì đều phải bị hủy diệt!

Chúng ta chỉ việc:

Không vui thú, hưởng ứng với chúng.
Không bám víu vào chúng, thì Vọng Tưởng không sinh.
Không bám víu vào chúng, thì không bị mê hoặc.
Không theo chúng, không chống chúng, không dứt chúng.
Cũng không đè nén những sinh khởi, vì đè nén là chia Tâm thành hai.
Cũng không lẩn trốn chúng.
Cũng không chống đối chúng, vì càng chống đối thì tư tưởng càng phát triển mạnh.
Không giúp chúng tăng trưởng (tức không nghĩ nhiều, không đi sâu vào chúng), hãy để mặc chúng, thì chúng tự biến vào Phật Tâm. Sự biến đi ấy chính là cái Bất Diệt mà cái Bất Diệt là cái Bất Sinh.

Cái Bất Sinh Bất Diệt hay cái Phật Tâm này mới chính thật là chúng ta.

Nó không hề có một tư tưởng gì.
Nó không hề có một vật gì.
Nó không cần khởi ý tưởng, cũng không cố ý gì mà tự phân biệt (tự phân biệt một cách vô tư). Nhưng nó không dính mắc, mà tự hiểu biết một cách sắc bén. Cũng như mọi hành động và lời nói đều phản ứng rất nhanh nhẹn, rất linh hoạt. Đó chính là Diệu Dụng, là Công Năng Chiếu sáng Thường Hằng của Tâm Tính.
Nó tự biết tùy cơ mà ứng dụng trong mọi môi trường, mọi hoàn cảnh...

Khi đã biết rõ như thế, thì việc chúng ta đừng bám víu vào mọi Vọng Tưởng là phù hợp với Chân Tính. Nhưng đừng hiểu lầm là trong Tâm Tính ấy không có một Niệm gì cả, kẻo lại đi lạc vào Vô Ký Không (là chấp không có gì). Đó là cái Chấp của Tâm Thức, luôn Chấp Thật Là Có, hay Thật Là Không!

Do đó mà trong Pháp Bảo Đàn Kinh, Lục Tổ mới dạy *"Lập **Vô Niệm** làm **Tông**"*

Nghĩa chữ **Vô** ở đây là *Vô Nhị Tướng* (tức là Vô Đối Đãi Năng/Sở) và *Vô mọi Tâm Trần Lao* (tức là Vô Vọng Tưởng Chấp Chước và không dính mắc Sáu Trần).

Nghĩa chữ **Niệm** ở đây là *Niệm Chân Như Bản Tính*. Vì Chân Như có Tính nên mới Khởi Niệm. Chân Như là Thể của Niệm. Niệm là Dụng của Chân Như. Chân Như Tự Tính khởi Niệm, nhưng không giống như cái Niệm của Nhãn, Nhĩ, Tỉ, Thiệt, Thân, Ý (Mắt, Tai, Mũi, Lưỡi, Thân, Ý) - tức cái Niệm giả dối lúc nào cũng có Năng Niệm và Sở Niệm.

Lục Tổ cũng dạy: "Phật Tính có trong muôn loài muôn vật. Nếu không có Tính này, Niệm này thì lập tức sáu Căn và sáu Trần bị hoại ngay".

Vậy là nhờ có cái Tính Bát Nhã, mà chúng ta thấy được Vọng Tưởng liên tục bời bời trong Tâm. Chính "**Cái Tính Đang Nhận Ra**" ấy mới là chúng ta - là cái Phật Tính Thường Hằng Biết, Thường Hằng Hiểu, Thường Hằng Nghe và Thường Hằng Thấy. Cái "Biết" nhận ra ấy, không phải là cái Biết của Tâm Thức phân biệt, mà là cái "***Tự Biết***", là cái Công Năng, Linh Hoạt, Chiếu Sáng của Bát Nhã Tâm.

Phật Tâm này không hề vướng mắc vào bất cứ cái gì nên còn được gọi là "***Tâm Vô Sở Trụ***". Vì vậy Lục Tổ mới căn bản lập:

Vô Niệm làm Tông
Vô Tướng làm Thể
Và Vô Trụ làm Gốc

Quả là tuyệt đối và tuyệt vời! Nếu y chỉ theo và thực hành đúng như Ngài đã dạy thì chúng ta chỉ việc rời bỏ hết mọi vọng tưởng điên đảo giả dối đi là sẽ hết mọi phiền não, đau thương sinh tử...

Nay đã hiểu nguyên nhân, chúng ta mới nhận thấy mình quả là vô minh trong bao đời, bao kiếp: đã nhận giặc làm con, nhận bóng hình làm mình, nhận mọi vọng tưởng giả dối là thật có! Không những thế chúng ta còn chạy theo chúng để mà trôi lăn với những bóng, những hình ấy. Khi bóng tan, hình vỡ thì chúng ta cũng vỡ theo, tan theo thật là oan uổng!

Hãy dứt bỏ những thói hư tật xấu là khi va chạm với mọi đối tượng trước mắt, chúng ta đừng chụp mũ đặt tên, đặt tuổi, cho số lượng, gán thời gian và không gian cho chúng, và đừng bám víu vào chúng nữa.

Vì thật ra thì muôn loài, muôn vật vốn không có tên, không có tuổi, không có số lượng, không có thời gian, không có không gian. Chúng không có một cố định gì cả, mà cái gì thì nó chỉ là cái ấy mà thôi.

Nhưng khi không chúng ta lại chụp mũ chúng, rồi đặt tên, gán tuổi, và cho những số lượng thời gian, không gian vào những hiện tượng, những sự vật ấy! Chính chúng ta đã tự lập nên thời gian và số lượng. Thời Gian được ấn định là ba Thời: Quá Khứ, Hiện Tại, và Vị Lai. Khi đã có Thời Gian giả lập rồi, thì mỗi sự sự, vật vật đều có cái sở hữu riêng của nó, và nó được chia ra từng phần, từng đoạn tương ứng với nó, do đó mà có Không Gian giả lập. Thời Gian và Không Gian liên hệ mật thiết đã được giả lập như thế nên mới có Mười Phương, có Tám Hướng, có Tam Giới (Dục Giới, Sắc Giới, Vô Sắc Giới) cùng Sáu Nẻo Luân Hồi (Trời, Người, A Tu La, Ngã Quỉ, Súc Sinh, Địa Ngục). Và hình thành Mười Hai Loài chúng sinh (Thủy, Lục, Không, Hành ...) xuất hiện như trong Kinh Lăng Nghiêm Đức Phật đã chỉ dạy.

Chính chúng ta đã tự sản xuất Vọng Tưởng là những Cơn Trường Mộng. Chính chúng ta đã tạo dựng cái Bản Ngã Si Mê Vô Minh để rồi chính chúng ta tự chiêu cảm trôi lăn trong Luân Hồi Sinh Tử! Thì nay lại cũng phải chính chúng ta *tự Giác Ngộ* để chấm dứt những lỡ lầm đã tạo tác ra những Nhân Quả, Nghiệp Báo ấy.

Nếu muốn chấm dứt mọi thống khổ đó, thì như đã nói ở trên: "Hãy thôi đi, đừng có bám víu vào mọi Vọng Tưởng Chấp Ngã và các Cảm Thọ vui buồn, yêu ghét nữa" tức là đừng biến Phật Tâm sẵn có của chúng ta thành những Tâm Phàm Phu luôn tạo mọi Nghiệp Báo như:

Biến Tâm Phật thành cái Tâm Tham Lam là "Tâm Quỉ".
Biến Tâm Phật thành cái Tâm Sân Hận là "Tâm A Tu La".
Biến Tâm Phật thành cái Tâm Si Mê là "Tâm Súc Sinh".

Vọng Tưởng Từ Đâu?

Đừng trở thành con người ô nhiễm toàn diện từ ngoài vào trong, và từ trong ra ngoài.

Về *Tâm* thì Tham, Sân, Si (Tâm Tham Lam, Giận Dữ, Mê, Mờ).
Về *Thân* thì Sát, Đạo, Dâm (Thân Sát Sinh, Trộm Cắp, Dâm Dục).
Về *Khẩu* thì Ác Độc (Miệng nói lời Đanh Ác).

Về *Ý* thì Phân biệt, ô nhiễm từng giây.

Khi đã "Ngộ" được cái Lý, dù là "Lý Giải Ngộ" thôi cũng quí lắm rồi, vì đã "Ngộ" thì đương nhiên sẽ dễ Tu Sửa hơn để đi ngược dòng đời mà quay lại với:

Cái gương không một mảnh bụi.
Bầu trời trong sáng không một gợn mây.

Lúc ấy thì:

Không còn những Vọng Ngu Si, Chấp Thật Có sự tồn tại.
Trí Tuệ không còn bị ẩn trong mây mù.
tức là đã trở về với **Vô Ngã Trí** là cái **Tri Vô** thì **Vô Hoại**!

Tri Vô là cái Tri của *"Chân Tri"* (tức cái Biết không có Nhân Duyên tạo tác) thì không thể bị hoại diệt được! Đó là cái Biết Thường Hằng của Phật Tính.

Khi đã phân biệt được rõ Vọng và Chân, Chính và Tà, thì giờ đây Vọng Kiến không còn là cái "Tri Hữu thì Hữu Hoại" như xưa. Cái Tri lúc xưa là Cái "Tri", Cái Biết của Vọng Nhị Kiến: lúc có, lúc không, lúc biết, lúc không biết. Nó do Nhân Duyên của Tâm Thức tạo ra nên mới bị Hoại.

Tóm lại, vì Phật Pháp không rời Thế Gian Pháp:

"Sắc Chẳng Rời Không, Không Chẳng Rời Sắc"

Nên:

Nơi Hữu mà chẳng Hữu, nơi Vô mà chẳng Vô
** *Đó là Tính Tướng Nhất Như***

    thì tự động Bản Thể của Tự Tính "Tịch Nhiên Vô Vật" (tức không có một chút vật chất nào); trái lại toàn là sự thanh tịnh vi diệu nhiệm mầu, do đó sự diệu dụng hiển bầy từng phút từng giây.

Ghi Chú:

Tịch Nhiên: Vốn tự không có một vật gì.
Tri Hữu: "Cái Biết" nhờ nhân duyên mà có.
Tri Vô: Chẳng có Nhân Duyên gì mà Thường Hằng "Tự Biết"

Chú ý:
Mọi danh từ: Có/Không, Hữu/Vô, Ngộ/Không Ngộ, Hoại/Thành, Một/Nhiều v...v... đều là phương tiện, đều là giả danh

*

Vọng Tưởng Từ Đâu?

Cùng Một Vầng Trăng

Tri kiến phàm phu (khi còn mê):
Kiến, Văn, Giác, Tri, chính là "vọng kiến"
Vì là "vọng kiến" nên mới phân chia
Lỡ lầm phân chia nên trong Số Lượng
Vì trong Số Lượng nên mới cách ngăn

Cũng vì cách ngăn mà nên Sáu Nẻo
Xoay vần Sáu Nẻo nên mới thương đau
Trong Kinh Lăng Nghiêm: "Tính Tướng y nhau"
Do đó:
Kiến, Văn, Giác, Tri cùng chung một Tính

Vọng Tưởng Từ Đâu?

Sự thật ra thì:
*Vầng Trăng Tri Kiến chẳng có nhân duyên
Chẳng có nhân duyên là không đối đãi
Vì không đối đãi nên không chướng ngại
Không gì chướng ngại nên vẫn y nguyên*

*Trong Lăng Nghiêm Kinh Đức Phật dạy rằng:
Tứ Khoa Thất Đại **cùng Một Vầng Trăng**
Như Lai Tạng Tính gồm bao tất cả
Khắp muôn loài đồng **Chân Tính** ấy chăng?*

*Đã cùng Vầng Trăng, đâu Năng đâu Sở!
Đã cùng Vầng Trăng, đâu số lượng không gian!
Xẻ một, chia sáu để phải gian nan
Phiền não nào hơn Căn, Trần với Thức!*

Vọng Tưởng Từ Đâu?

Tri kiến Phật:
(Khi đã ngộ, Thức chuyển thành Trí):
*Kiến, Văn, Giác, Tri chính là **Tự Tính***
Vì là Tự Tính nên chẳng phân chia
Vì không phân chia nên ngoài số lượng
Vì ngoài số lượng nên chẳng cách ngăn

Vì không cách ngăn sao rời Tứ Đại?
Chẳng rời Tứ Đại, Tính Tướng y nhau
Tính Tướng y nhau, Ta hết khổ đau
Vậy:
*Tứ Đại phân ly **Kiến Tri** vẫn đấy*

Dù:
*Tứ Đại phân ly **Kiến Tri** vẫn đây*
Kiến, Văn, Giác, Tri, cùng thể vô biên
Năng, Sở chẳng còn khi không biên kiến
Vượt ngoài lượng số khi không phân biệt

Diễn Giải:

1. **Kiến, Văn, Giác, Tri** (Cái Thấy, cái Nghe, cái Hay, cái Biết) có nhân duyên đối đãi nên có Năng, có Sở là Vọng Tâm Thức của chúng sinh khi còn mê, tức là **Tri Kiến Phàm Phu**

2. **Kiến, Văn, Giác, Tri** (Tính Thấy, Tính Nghe, Tính Hay, Tính Biết) không do nhân duyên nên không có đối đãi, không có Năng Sở tức là **Tri Kiến Phật**

3. **Thức chuyển thành Trí:** Thật ra chỉ là đổi cái tên, chứ không có gì gọi là chuyển khi Hành Giả nhận ra Tự Tính của mình

4. **Tám Mươi Bốn Ngàn Pháp Môn:** Vì chúng sinh có tám mươi bốn ngàn trần lao phiền não nên Đức Phật với trí tuệ Bát Nhã đã phương tiện tạm giả lập tám mươi bốn ngàn Pháp Môn, và mười hai Đại Tạng Kinh để Khai Ngộ chúng sinh.

5. **Tứ Khoa, Thất Đại:**

   Tứ Khoa: là Ấm, Giới, Nhập, Xứ.

   * **Ấm:** Tức là Ngũ Ấm gồm: Sắc ấm, Thọ ấm, Tưởng ấm, Hành ấm và Thức ấm

   * **Giới:** Có mười tám giới gồm: Lục Căn, Lục Trần và Lục Thức.

   * **Nhập:** Có sáu nhập là sáu cách thu nạp tiền cảnh:
       Nhãn căn thu nạp sắc trần
       Nhĩ căn thu nạp thanh trần v. v…

   * **Xứ:** Vì có sáu nhập mới tạo thành mười hai xứ là những chỗ sinh ra cái thấy, cái nghe, cái hay, cái biết
       Từ Nhãn Căn với Sắc Trần
       Từ Nhĩ Căn với Thanh Trần v.v…

   Thất Đại: là Đất, Nước, Gió, Lửa, Không, Kiến và Thức.

Như Lai Tạng

Đối với con mắt Phật, Bồ Tát và những ai đã mở con mắt Tâm thì thấy y như Đức Phật đã nói trong Kinh Lăng Nghiêm, Ngài tóm thu tất cả Tứ Khoa Thất Đại (là Ngũ Uẩn, Lục Nhập, Thập Nhị Xứ, Thập Bát Giới và Thất Đại) về Như Lai Tạng, là vì muôn cảnh, muôn vật, muôn sự… nó vốn dĩ như thế! không xưa, không nay, không mới, không cũ, không sinh, không tử, không Phật, không chúng sinh…

Còn đối với con mắt của chúng sinh chúng ta thì thấy ngược lại, trước cảnh hóa hiện Cực Lạc hiện hữu do *Tính Không!* Tính Không còn gọi là *Pháp Giới Tính trùng trùng duyên khởi* ra muôn cảnh vật huyễn hóa.

Theo Lăng Nghiêm Kinh thì những cảnh vật huyễn hóa ấy chỉ dường như có mà không phải thật có, dường như không mà không phải thật không. Nhưng không nguyên nhân gì, không lý do gì, đột nhiên chúng ta tự sinh khởi ra *cái Giác* (tức là cái Kiến, Văn, Giác, Tri là cái Thấy, cái Nghe, cái Hay Biết). Đó là cái Vọng Giác, là cái Vọng Tâm. Rồi từ cái vọng giác, vọng tâm (tức cái kiến, văn, giác, tri) này lại khởi lên một niệm, tức Nhất Niệm Vô Minh (*vọng niệm*) là niệm nhị biên phân biệt luôn đối đãi, chấp thật, chấp giả! Và vì Vọng Giác đã khiến chúng ta tự chấp muôn cảnh, muôn vật hiện hữu là có thật! Lại cũng cái điên đảo của Nhất Niệm Vô Minh đó đã đem Trí chuyển thành Thức, để rồi sinh ra tám mươi bốn ngàn phiền não trần lao!

Như vậy là muôn điều đều do nhất niệm vô minh hóa thân, mà gốc của nhất niệm vô minh là vọng giác, còn gọi là vọng tâm, hay rõ hơn nữa là kiến, văn, giác, tri, *không ngoài Thân Tâm* chúng ta.

Do đó khi thấy, khi nghe, khi hay biết chỉ là Vọng Giác biết. Còn khi không thấy, khi không nghe, khi không hay biết là *Vô Ký Không*, tức *Vô Thủy Vô Minh*!

Ai ai cũng thắc mắc vọng tâm, vọng tưởng này ở đâu ra? Nhất niệm vô minh này từ đâu đến?

Xin thưa rằng trong Kinh Lăng Nghiêm, Đức Phật giảng rất rõ: *đã gọi là vọng thì là giả, là không thật; đã gọi là mơ thì làm gì có nguyên nhân nào*. Như trong câu chuyện Diễn Nhã Đạt Đa, một hôm soi gương, chợt hoảng hốt thấy mình không có đầu, nên bị khích động mạnh, đến nỗi Diễn Nhã Đạt Đa hóa điên và chạy quanh mãi để tìm xem ai đã lấy mất cái đầu của mình?

Cũng có một giả thuyết khác, cho rằng Diễn Nhã Đạt Đa khi nhìn vào trong gương thấy lông mày, con mắt có thể nhìn thấy được tất cả mọi vật, thì tại sao cái đầu lại không nhìn thấy gì cả? Cho nên nổi điên, giận trách cái đầu và cho là giống yêu quái rồi bỏ chạy!

Chúng ta đều sống trong mơ, mê muội với cái vọng giác và niệm nhị biên phân biệt, nên *trước Cảnh sinh Tâm*! Thay vì chúng ta là Phật, là cái vượt ngoài có/không, thật/giả, biết/không biết, thì nay tự chúng ta lật ngược lại: Phật thành Chúng Sinh, cõi Cực Lạc thành cõi Sa Bà là cõi vô thủy vô minh của Thân, Tâm, Thế Giới, cũng là nguồn gốc của sinh tử để tự động *vô thủy vô minh là Thể, nhất niệm vô minh là Dụng*.

Xin nhấn mạnh, nhắc lại ở trên là khi nào chúng ta biết thì chỉ là vọng giác, vọng tri (cái biết phàm phu), và khi nào chúng ta không biết thì chỉ là vô ký không, tức vô thủy vô minh!

Với nhất niệm vô minh suốt đời này qua đời khác như vậy, chúng ta là người đang mơ, sống trong cảnh mơ cho nên mọi tìm hiểu, mọi phân tích, mọi phát minh gì gì chăng nữa thì cũng vẫn là mơ! Dù là giấc mơ ngắn hay giấc mơ dài, kết quả nào cũng chỉ là con số không, vì đã là mơ thì không phải là thật. Cứ như thế, với niệm vô minh nó thêu dệt mọi vọng tưởng phiền não, *cái Ý niệm kiên cố này luôn luôn chấp thật* có ta, có người, có nghiệp thiện, có nghiệp ác, có sinh mạng với số lượng thời gian, không gian, và rồi đi đến kết quả là chúng ta đã tự tạo, tự chiêu cảm nên vòng sinh tử luân hồi không bao giờ chấm dứt.

Để tỉnh mộng, chúng ta cần phải Giác Ngộ thì mới ra khỏi cơn mộng mơ quái ác sinh tử ấy! Mà khi muốn tỉnh mộng thì cũng phải có phương pháp, nhưng chẳng có phương pháp nào hữu hiệu và thực tế bằng nương vào một phương pháp thực tiễn nhất của Đức Phật, là *học hỏi về chính Thân Tâm mình để tỉnh ngộ chính mình*.

Vì khi đã hiểu rốt ráo về mình, đã rõ biết mình là ai, thì sẽ rõ biết vũ trụ, vạn vật là gì. Và mục đích cũng tự động được hoàn tất.

Sau đây là những phần chúng ta cần học để hiểu rõ về chính mình:

I. Thân Tâm vô minh
II. Phương pháp hết vô minh
   1. Tỉnh mộng (Kiến Tính)
   2. Sau khi Kiến Tính: "Kiến Tính rồi mới khởi tu"
III. Thân Tâm viên mãn
IV. Kết luận về Tứ Khoa Thất Đại

HOẠ ĐỒ THÂN TÂM VÔ MINH

		Ngũ Uẩn	Ngũ Trược	Ngũ Vọng	Bát Thức
Thân Tâm Vô Minh	Ngũ Uẩn	Sắc Uẩn	Kiếp Trược	Vọng Tưởng Kiên Cố	Tiền Ngũ Thức
		Thọ Uẩn	Kiến Trược	Vọng Tưởng Hư Minh	
		Tưởng Uẩn	Phiền Não Trược	Vọng Tưởng Dung Thông	Ý Thức (Thức số 6)
		Hành Uẩn	Chúng Sinh Trược	Vọng Tưởng U Uẩn	Thức số Bảy
		Thức Uẩn	Mệnh Trược	Vọng Tưởng Vi Tế	Thức số Tám
	Lục Nhập	Cái Thấy giới hạn (Nhãn Căn tiếp xúc với Sắc Trần)			
		Cái Nghe giới hạn (Nhĩ Căn tiếp xúc với Thanh Trần)			
		Cái Ngửi giới hạn (Tị Căn tiếp xúc với Hương Trần)			
		Cái Nếm giới hạn (Thiệt Căn tiếp xúc với Vị Trần)			
		Cái xúc giác giới hạn (Thân Căn tiếp Xúc với sự nóng lạnh, trơn nhám ...)			
		Cái hiểu biết giới hạn (Ý Căn tiếp xúc với Pháp Trần)			
	Thập Nhị Xứ	Nhãn Căn duyên với Sắc Trần mà có nhãn thức là cái Thấy giới hạn			
		Nhĩ Căn duyên với Thanh Trần mà có nhĩ thức là cái Nghe giới hạn			
		Tị Căn duyên với Hương Trần mà có tị thức là cái Ngửi giới hạn			
		Thiệt Căn duyên với Vị Trần mà có thiệt thức là cái Nếm vị giới hạn			
		Thân Căn duyên với Xúc Trần mà có thân thức là cái xúc giác giới hạn			
		Ý Căn duyên với Pháp Trần mà có ý thức là cái hay biết giới hạn			
	Thập Bát Giới	Sáu Căn (Nhãn, Nhĩ, Tỷ, Thiệt, Thân, Ý) Sáu Trần (Sắc, Thanh, Hương, Vị, Xúc, Pháp) sinh ra Sáu Thức (Nhãn Thức, Nhĩ Thức, Tị Thức, Thiệt Thức, Thân Thức, Ý Thức) là mười tám cái ngăn che Tự Tính			
	Thất Đại	Đất, Nước, Gió, Lửa, Không, Kiến và Thức			

I. THÂN TÂM VÔ MINH

Bởi vọng giác (kiến, văn, giác, tri), bởi nhất niệm vô minh mà chúng ta có Thân Tâm vô minh. Con người của chúng ta từ ngoài vào trong được bao gồm bởi Tứ Khoa, Thất Đại, theo Kinh Lăng Nghiêm, được diễn giải chi tiết trong những phần sau.

TỨ KHOA gồm Ngũ Uẩn (hay Ngũ Ấm),
                Lục Nhập,
                Thập Nhị Xứ
                và Thập Bát Giới.

Ngũ Uẩn (hay **Ngũ Ấm**) là năm cái ngăn che làm chúng ta không nhận được Tự Tính.

Ngăn che do Hình Tướng (Thân và Cảnh) thì gọi là *Sắc Ấm*.

Ngăn che do Cảm Giác thì gọi là *Thọ Ấm*.

Ngăn che do Tưởng Tượng các danh tướng thì gọi là
                                            Tưởng Ấm.

Ngăn che do Tâm Niệm thay đổi bởi các sự vật hoặc đáp ứng với sự vật thì gọi là *Hành Ấm*.

Ngăn che do những Tập Quán sai lầm chứa chấp trong Tiềm Thức thì gọi là *Thức Ấm*.

Vì "Ngũ Uẩn" hơi phức tạp, chúng ta sẽ đi từ thô tới tế, từ vật chất đến tinh thần, cho nên cái tên của nó cũng theo đó mà thay đổi sao cho hợp tình, hợp lý với nó như những tên:

      Ngũ Uẩn   Ngũ Vọng
      Ngũ Trược   Ngũ Thức (thật ra là Bát Thức)

Ngũ Uẩn gồm có:

> Sắc Uẩn,
> Thọ Uẩn,
> Tưởng Uẩn,
> Hành Uẩn,
> và Thức Uẩn

Sắc Uẩn làm ngăn che Chân Tính bởi mọi hình tướng là Thân, là Cảnh như tất cả mọi vật có hình tướng và mầu sắc.

Thọ Uẩn làm ngăn che Chân Tính do cảm giác như mọi sự đau đớn, nóng lạnh… (thuộc về Thân), khổ vui, yêu ghét… (thuộc về Tâm)

Tưởng Uẩn làm ngăn che Chân Tính do tưởng tượng các danh tướng của mọi sự vật, thí dụ: ngồi đây mà tưởng nhớ người, nhớ cảnh bên Việt Nam, và ngược lại, từ mọi sự vật trước mắt, tùy theo cá tính riêng, những đặc biệt riêng và những liên hệ riêng của chúng, mà tưởng tượng sâu hơn rồi đặt tên, tạo hình cho chúng.

Hành Uẩn làm ngăn che Chân Tính do tâm niệm thay đổi từng sát na, bởi đáp ứng, va chạm với mọi sự, mọi vật. Có nghĩa là tâm niệm không bao giờ cố định. Nó bị chi phối, thay đổi theo cảm giác tiếp xúc với muôn cảnh, muôn vật hiện hữu trước mắt. Nói cách khác tâm niệm chạy theo vạn vật và bị vạn vật chuyển xoay.

Thức Uẩn làm ngăn che Chân Tính do những chủng tử của tập quán, thói quen bảo thủ sai lầm chứa chấp trong tiềm thức lâu đời, lâu kiếp như những tập khí chấp ngã, sân hận, ngạo mạn, nghiền rượu, nghiền thuốc…

Bản tính của chúng ta vốn thường trụ, thanh tịnh nhưng vì chúng ta tự tạo ra cái vọng tâm, nên đương nhiên phải theo vọng, và để cho vọng tưởng choán mất tâm tính, do đó mới sinh ra "Ngũ Trược".

Ngũ Trược chính là Ngũ Uẩn càng ngày càng bị ô nhiễm hơn.

Ngũ Trược gồm có   Kiếp Trược [Sắc],
　　　　　　　　　Kiến Trược [Thọ],
　　　　　　　　　Phiền Não Trược [Tưởng],
　　　　　　　　　Chúng Sinh Trược [Hành],
　　　　　　　　　Mệnh Trược [Thức].

Kiếp Trược [SẮC]

Từ "cái vốn vô vi", chúng ta tự khởi ra cái Vọng Giác, tức là đem lật ngược "cái vốn vô vi" thành hữu vi thường tình, "cái biết thường hằng vô hạn" thành cái biết hữu hạn, để tạo thành kiếp chúng sinh!

Cùng một Tâm Tính mà chúng ta tự đem chia làm hai để có Năng có Sở, có Người có Ta, có Thân có Tâm! Nhưng ở giai đoạn này, thì cái Năng Minh (Ta, Tâm Ta) chưa có phân biệt và cái Sở Minh (Người, Thân Ta) chưa có hình tướng *(Giai đoạn này cái Bào Thai đang cấu tạo chưa thành Thân, Tâm).*

Kiến Trược [THỌ]
(giai đoạn Kiến Trược tạo thành Tà Kiến, Vọng Kiến)

Tâm Tính đã bị chúng ta chia ra có Thân Tâm, có Cảnh. Tự nghĩ rằng:
- Thân, Cảnh là vô tri
- Còn Tâm là Tâm Thức phân biệt

Nghĩa là chúng ta tự đem cái vọng thấy biết giới hạn (Năng Minh) cột vào cái Thân Tứ Đại làm cho những vật vô tri cũng có sự thấy biết giới hạn của Tâm Thức, rồi đem Thân đối với Cảnh, Cảnh đối với Thân, nên sinh ra nhiều cảm giác khác nhau, nhưng ở giai đoạn này, cảm giác vẫn còn hồn nhiên nên chưa phân tích ra thành sự sự, vật vật. (*Giai đoạn này đứa bé đã chào đời*).

Phiền Não Trược [TƯỞNG]
(tạo thành nghiệp quả)

Là Tâm Ý Thức gom góp, tóm thu tất cả mọi cảm giác: khi Thân Tâm đối Cảnh, Cảnh đối với Thân Tâm thì trước tiên Ý Thức phát hiện mọi hình tướng của mọi sự vật. Rồi nương theo các hình tướng chung ấy mà phân biệt sự này, vật khác tùy vào từng cá tính đặc biệt hay hình tướng đặc biệt riêng của nó mà đặt tên, để tạo nên cảnh danh ngôn, danh tướng. Rồi lại chính mình ưa/ghét, nhớ/thương, nghĩ ngợi, làm cho Tâm Thức luôn luôn bị rối loạn, căng thẳng và khổ não! (*Giai đoạn này đứa bé trên đường trưởng thành, đang học hỏi và đang tạo những nghiệp Thiện Ác*).

Chúng Sinh Trược [HÀNH]
(tạo thành chúng sinh trôi lăn)

Tới giai đoạn này thì cái Vọng Tưởng Thân Tâm đã trưởng thành, có nghĩa là chúng ta đã hoàn toàn rời bỏ Chân Tâm Thường Trụ là cái vốn sẵn có của mình, để nhận cái Vọng Tâm Thức phân biệt, sinh diệt là Tâm của mình; nhận cái Thân Tứ Đại Sinh Diệt là Thân của mình, thì làm sao mà tránh được Quả Báo Diệt Sinh! Mặc dù chúng ta muốn sống mãi, nhưng Quả Báo Sinh Diệt lại bắt buộc những cái có Sống thì phải có Chết, nên khi chúng ta phải Chết, thì cứ khóc than, luyến tiếc mãi cái sống. Do lẽ đó mà chúng ta cứ bám víu hết Thân này đến Thân khác để được sống! Đó là dòng nghiệp báo dài vô cùng tận để chúng ta xoay vần mãi trong Lục Đạo. (*Giai đoạn này đã thành Chúng Sinh, Thân Tâm chấp chước kiên cố như sắt, như thép khó mà chuyển hóa*).

Mệnh Trược [THỨC]
(Định Mệnh an bài cố định)

Chúng ta sống với Thân nào ở trong Lục Đạo thì bị dính liền với Thân ấy, và phải bị các tổ chức của Thân ấy ràng buộc theo từng bộ phận trên Thân để lĩnh thụ những cảm giác nhất định, làm cho cái Tính Thấy Biết Viên Mãn bị hiện nghiệp hạn chế! Cho nên chúng ta chỉ Thấy với Con Mắt, Nghe với cái Tai… *(Giai đoạn này chúng sinh tự tạo nghiệp, tự chiêu cảm để có định mệnh an bài trong sáu nẻo).*

Từ Ngũ Trược cứ tạo mãi phiền não để có kiếp của chúng sinh với sự sống chết không ngừng. Cội gốc của những thứ này chính là "Ngũ Vọng".

Ngũ Vọng chính là cội gốc của Ngũ Ấm.

Tất cả đều là vọng tưởng. Chúng ta bao kiếp sinh tử trôi lăn hết Thân này lại qua Thân khác, chỉ vì cố chấp! chấp thật cái Vọng Tâm, Ý, Ý Thức là mình, nên khi gá vào Thân nào thì đem Vọng Tâm Thức vào Thân ấy để tạo thành Ngũ Vọng như được trình bày sau đây theo y chỉ của Lăng Nghiêm Kinh:

Vọng Tưởng Kiên Cố (là cội gốc của Sắc Ấm) [SẮC]

Như Sắc Thân hiện tiền của chúng ta đây là Vọng Tưởng Kiên Cố.

Vọng Tưởng Hư Minh (là cội gốc của Thọ Ấm) [THỌ]

Các Cảm Thọ đều xúc động đến Thân Thể một cách vi tế đến nỗi chỉ tưởng tượng thôi mà Sắc Thân bị ảnh hưởng và bị sai khiến. Thí dụ: chỉ nghe nhắc đến quả chanh chua mà trong miệng tự nhiên nước bọt chảy ra.

Nếu cái Sắc Thân của chúng ta không phải đồng một loài hư vọng (Thân vọng tưởng), thì duyên cớ gì mà bị ảnh hưởng? Chung qui chỉ vì chấp mọi cảm giác là thật, là thường hằng nên chúng ta mới bị mọi cảm giác thế gian trói buộc chặt chẽ, khó mà thoát ra được!

Vọng Tưởng Dung Thông (cội gốc của Tưởng Ấm) [TƯỞNG]

Ý nghĩ sai khiến Sắc Thân, nếu Sắc Thân không phải cùng loài hư vọng (Thân vọng tưởng) thì làm sao Thân chúng ta lại bị theo ý nghĩ sai khiến?

- Khi thức thì Tâm Thức lúc nào cũng tưởng tượng các danh ngôn, danh tướng. Rồi lại từ danh ngôn, danh tướng mà tưởng tượng ra sự sự, vật vật để sống trong cảnh danh ngôn, danh tướng ấy.

- Khi ngủ thì chiêm bao, và cũng sống trong cảnh danh ngôn (lời nói), danh tướng trong **chiêm bao nhắm mắt**! Đến khi thức dậy lại tiếp tục sống trong cảnh danh ngôn, danh tướng trong **chiêm bao mở mắt**, làm cho tâm niệm luôn luôn lay động, bận rộn. Những Vọng Tính tưởng tượng, suy nghĩ lay động đó là Vọng Tưởng Dung Thông.

Vọng Tưởng U Uẩn (cội gốc của Hành Ấm) [HÀNH]

Tư tưởng cùng thân thể của chúng ta chuyển hóa không ngừng, âm thầm dời đổi, sinh sinh, diệt diệt mãi trong từng sát na, mà chúng ta không hề hay biết. Móng tay, tóc thầm thầm dài ra, khí lực thầm thầm tiêu hao, da mặt thầm thầm nhăn nhúm... Những cái âm thầm dời đổi đó, những hành niệm không dừng ấy, nào chúng ta có hay biết gì đâu! Đó chính là Vọng Tưởng U Uẩn.

Vọng Tưởng Vi Tế (cội gốc của Thức Ấm) [THỨC]

Xin luận bàn sơ qua, Thức Ấm là Đệ Bát Thức, là Vọng Thức, vì nó chịu và bị từng niệm, từng niệm hư vọng (vọng tưởng) huân tập! Cái Đệ Bát Thức là Vọng Tưởng Điên Đảo, vi tế huyễn hóa, trống rỗng này. Nó tập trung, gom góp và quán xuyến mọi điều thấy, nghe, hay biết của chúng ta. Tạng Thức ấy thấy như vắng lặng, nhưng thật ra không phải thế, nó như dòng nước chảy gấp, và vì chảy quá nhanh mà trông như đứng lặng, chứ không phải là không chảy! Nói cách khác là niệm niệm sinh diệt tiếp nối nhau không dứt, mọi chủng tử liên tục không ngừng...

Hỏi nếu cội gốc của nó không phải là Vọng Tưởng thì nó đâu có chịu để từng niệm hư vọng huân tập như thế? Ngoài ra nó cũng còn một nhiệm vụ là tự nó ghi và giữ lại mọi hình ảnh rất chi tiết do Thức số Bảy truyền cất vào, khiến cho chúng ta có thể nhớ lại mọi điều trong quá khứ. Vậy cội gốc của Thức Ấm là Vọng Tưởng Vi Tế huyễn hóa.

Với cái vọng này chúng ta cột chặt, chấp chặt và mang theo hết đời này sang đời khác, hết Thân này đến Thân khác. Bằng một vọng thói quen, một quan niệm vọng thật vững chắc không thay đổi, chúng ta chấp thật Thân Thất Đại và Ngũ Uẩn là mình, rồi ôm theo Thần Thức (Bát Thức Vô Tướng ấy), tức cái Luồng Nghiệp Lực bất biến mà lại diễn tiến không hề ngừng từng sát na! Nó chính là luồng nghiệp lực cuối cùng khi ta chết, và rồi nó lại tự động tái sinh! Nó cũng chính là luồng nghiệp lực đầu tiên cho ta đi thọ thai.

Cứ quanh quẩn mãi như thế, không bao giờ chấm dứt, để chúng ta phải an phận với Thân Ngũ Uẩn! Vì đã lỡ đem Chân Tính Thường Trụ chia ra thành sáu căn, làm cho sự thấy, nghe, hay biết bị ngăn ngại, cách bức nhau, và cũng tự chiêu cảm với định mệnh, để mà an bài trong sáu nẻo.

Tất cả mọi phiền não sinh tử là do cái vọng giác mà trở thành ngũ vọng, và vì những cái vọng ấy nên mới có Bát Thức.

Bát Thức

Thế giới, chúng sinh, luân hồi, sinh tử đều do vọng Tâm, Ý, Ý Thức tạo dựng, nên Thân Tâm con người chúng ta bao gồm có tám Thức là:

Tí n Ngũ Thức [SẮC, THỌ]:
là Nhãn Thức, Nhĩ Thức, Tỷ Thức, Thiệt Thức và Thân Thức (*thuộc v Thân*).

Thức số sáu [TƯỞNG]:
là Ý Thức tức Thức Nhị Biên luôn luôn phân biệt Trần Cảnh (*thuộc v Tâm*).

Thức số bảy [HÀNH]:
là Mạt Na Thức, chính là Bản Ngã (*Ego, tí m ẩn bên trong*).

Thức số tám [THỨC]:
là Thần Thức, là Thức Tái Sinh, tức luồng nghiệp lực bất biến mà diễn biến không ngừng từng sát na.

Thật ra, *tám thức vẫn chỉ là một thức* **mà thôi. Nhưng vì Vọng Tâm Thức phân biệt quá vi tế, nên chúng ta cũng phải tùy cơ theo sự phân biệt quá vi tế của nó để hiểu sâu về Bát Thức.**

Bát Thức đi vào chi tiết hơn như sau:

Tiền Ngũ Thức [SẮC, THỌ]

do *Năm Căn* (Mắt, Tai, Mũi, Lưỡi, Thân) đối với Năm Trần (Sắc, Thanh, Hương, Vị, Xúc) khiến chúng ta có Tiền Ngũ Thức.

Thức số Sáu (Tưởng Ấm) [TƯỞNG]

Là Ý Thức, cũng còn gọi là Thức số sáu, có rất nhiều nhiệm vụ như: nó vừa làm môi giới cho Mạt Na Thức (Thức số bảy) vừa liên hệ với A Lại Gia Thức (Thức số tám) bên trong (qua thức số Bảy), lại vừa liên hệ với Tiền Ngũ Thức (Năm Thức đầu) bên ngoài; Nó có tên khác nhau tùy theo nhiệm vụ mà gọi như:

- **Thức Nhị Biên Phân Biệt:** Nó luôn phân biệt, học hỏi, quan sát, tính toán, nhận biết về Trần Cảnh (*mọi sự, mọi vật của Thế Gian*). Nếu không có nó thì sáu Căn tiếp xúc từng Sát Na với sáu Trần chỉ có Giác Quan, như Nhãn Căn thấy mà không biết là thấy cái gì, Nhĩ Căn nghe tiếng mà không biết là nghe tiếng của cái gì, cho nên phải có nó mới phân biệt minh bạch, là khi thấy thì thấy người hay vật? Mầu xanh hay đỏ? Khi nghe tiếng, thì nghe tiếng người hay tiếng chim kêu, tiếng xe chạy?... Vai trò và nhiệm vụ của Thức số sáu (cũng là Ý Thức này) là phân biệt, là phân tích mọi sự sự, vật vật, (tức *ti n cảnh* thế gian) xem tốt hay xấu, ngon hay dở, giầu hay nghèo rồi đưa cho Thức số bảy là xong, chứ nó không có trách nhiệm là phải nhớ những kết quả của sự phân biệt ấy.

- ***Độc Đầu Ý Thức:*** Chỉ một mình Ý Thức tự duyên, tự biến, tự tạo dựng những cảnh tượng trong chiêm bao mà không cần liên hệ gì với Năm Căn trước (*Ngũ Giác Quan*).

- ***Nhiệm Vụ Tưởng Tượng:*** Nó điên đảo, thêu dệt, tưởng tượng hình tướng rồi đặt tên, đặt tuổi cho các sự sự, vật vật để có cảnh danh ngôn (*lời nói*) mà nói, mà viết, để có cảnh hình tướng mà vẽ, mà tả…Rồi lại từ tướng hình, lời nói, lời viết đó mà tưởng tượng ra sự sự, vật vật ….

Ý Thức là một trong Tám Thức rất quan trọng, vì sự hoạt động của nó rất rộng rãi, rất vi tế. Chính bản thân nó thì luôn luôn hoạt động ngày đêm, nhưng cũng có lúc nó gián đoạn như khi ngủ thật say, khi không mộng mơ, khi bị chụp thuốc mê, khi bất tỉnh, và Ý Thức mất hẳn khi chết.

Thức số Bảy [HÀNH]

là Ý Căn, cũng là Mạt Na Thức.

Hành là kết quả của Tưởng, cũng là quả của Ý Thức (Thức số sáu). Nó cũng có rất nhiều nhiệm vụ như sau:

Phần Thô:
Nó bị ý nghĩ sai khiến, nên tự động thân khẩu vâng lệnh ý nghĩ đó mà thi hành một cách thật hài hòa với ý nghĩ.

Phần Tế:
Tư tưởng nó vận hành âm thầm rất là vi tế:
(a) Nó đem tất cả mọi niệm dù thiện hay ác vào Tạng Thức (Thức số Tám) làm nhân nghiệp, cất giữ ở đó, để chờ đầy đủ nhân duyên mà tạo quả thiện hay quả ác. Khi quả nào được đầy đủ nhân duyên chín trước, thì sẽ được phát hiện ở tương lai.
(b) Nó đem các Pháp, các chủng tử, các quả thiện, ác từ trong Tạng Thức (Thức số Tám) truyền tống ra ngoài khi cần; Do đó nó còn có tên là ***Truyền Tống Thức***.

Nó là quả của Ý Thức (Thức số Sáu), mà cũng lại là cội gốc của Ý Thức. Chính cội gốc này sinh ra Ý Thức.

Nó cũng là kẻ coi kho (Kho A Lại Gia Thức).

Nó luôn luôn suy nghĩ, ôn lại, và thu nạp những điều đã học hỏi, ngoài ra nó còn có nhiệm vụ là phải nhớ những điều đã thấy, nghe, hay biết! Nhưng nó lại lúc thì nhớ, lúc thì quên, nên nó phải dựa vào tiềm thức và tùy theo Tiềm Thức đưa ra được cái gì thì gọi là nhớ, tiềm thức không đưa ra được thì gọi là quên. Chỉ vì Ý Căn không thể duyên, và đi thẳng ngay vào tiềm thức được! Như vậy, do nhớ/quên, thức/ngủ đối đãi mà có Ý Căn; Ý Căn đối đãi với Pháp Trần mà có Ý Thức.

Tóm lại Ý Căn và Ý Thức đều có chủng tử chấp ngã rất mãnh liệt nhưng hơi khác nhau như:

- Thức số sáu (Ý Thức) tự động được dùng khi tính toán, học hỏi, mưu mô để bảo vệ, tư lợi cho bản ngã.

- Thức số bảy (Mạt Na Thức) tự động được dùng khi bất thần bị cái gì bay vào mắt, bất thần bị lửa chạm vào thân, bất thần bị ai đánh...thì Mạt Na Thức tự tránh né để bảo vệ cho Bản Ngã một cách thật nhanh nhẹn và sắc bén! Trong khi đó thì Ý Thức chưa đủ nhanh để can thiệp.

Thức số Tám [THỨC]

Được gọi nhiều tên tùy theo sự huân tập thiện hay ác, tốt hay xấu mà đổi tên, thường ra khi chưa hiểu gì thì ai cũng gọi nó là **Thần Thức**, là **Thức Tái Sinh**, tức luồng nghiệp lực bất biến mà diễn biến không ngừng từng sát na. Nó chính là luồng nghiệp lực cuối cùng, khi chúng ta chết và cũng là luồng nghiệp lực đầu tiên, khi chúng ta đi nhập thai. Thức này tiềm ẩn rất sâu, sâu hơn Mạt Na Thức rất nhiều, và được ví như một cái kho, rộng mênh mông, sâu thăm thẳm.

Nó ghi nhận và chứa mọi hạt giống thiện ác của Thân, Khẩu, Ý để tạo thành một dòng nghiệp lực bất biến, dài vô cùng tận, nó liên tục từng sát na với các nghiệp đã tạo, đang tạo, sẽ tạo để định đoạt, và an bài cho chúng ta đi vào lục đạo.

Thức số tám có nhiều tên gọi là do sự huân tập:

Lúc ban đầu, nó có tên là *A Đà Na Thức*, bản tính của nó là Vô Ký, không phải Thiện, cũng không phải Ác, tùy theo sự huân tập mà có Thiện, có Ác, có Mê, có Ngộ.

Chúng ta vì một Niệm Bất Giác (Nhất Niệm Vô Minh) chấp có thật Ngã nên vô tình đã huân tập *A Đà Na Thức* có những Chủng Tử (Tập Khí Chấp Ngã)! Do đó *A Đà Na Thức* được đổi tên là *A Lại Gia Thức*.

Khi đi vào Đạo Pháp, chúng ta nhận ra mọi phiền não và vô thường nên biết sợ hãi cho cuộc đời dâu bể, sinh diệt! Do đó mới đi sâu hơn, là tìm cho mình một con đường giải thoát, tức là đã biết tu hành và tu cho đến khi diệt trừ được ngã chấp, có nghĩa là tu tới giai đoạn chủng tử Vô Ngã Trí có đầy đủ sức mạnh để ngăn cản không cho chủng tử Chấp Ngã phát hiện ra nữa! Thì lúc đó *A Đa Na Thức* đổi tên là *Dị Thục Thức* (Dị: là khác nhau, Thục: là thuần thục).

Dị Thục Thức gồm có ba nghĩa: Khác thời gian mà thuần thục, khác loài mà thuần thục, và biến ra mà thuần thục.

1. Khác thời gian mà thuần thục:
   Thí dụ: mỗi ngày học một ít chữ, lâu ngày sẽ đọc và viết được.

2. Khác loài mà thuần thục:
   Thí dụ: khi chúng ta học Toán, lúc học ở trong sách thì khác, nhưng đến khi ứng dụng, thì lại giải được những bài toán không có ở trong sách.

3. Biến ra mà thuần thục:

Thí dụ: các Khoa Học Gia nghiên cứu lâu ngày thì sự hiểu rộng, biết nhiều được chất chứa trong Tạng Thức, nên sẽ có lúc độc xuất phát minh ra những điều không có trong sách đã từng học.

Cứ như thế, *Dị Thục Thức* tùy theo những cái Nhân của sự huân tập mà hiện ra cái Quả, do lẽ đó Dị Thục Thức thường thay đổi cho đến khi tu hành tiến triển tới giai đoạn diệt được mọi Pháp Chấp, có nghĩa là những chủng tử Pháp Chấp bị Chân Như Trí quá siêu việt ngăn cản, không cho hiện hành, thì Đệ Bát Thức biến thành toàn thiện! Không còn là vô ký như xưa, cho nên nó không chịu cho các chủng tử vô minh, bất thiện huân tập nó nữa. Tới giai đoạn này Dị Thục Thức đổi tên là *Bạch Tịnh Thức* (tức *A Ma La Thức*), kết hợp với Đại Viên Cảnh Trí tức năm Thức đầu đã hoàn toàn thanh tịnh nên mới gọi là Đại Viên (*viên mãn*), và Hành Giả đã vào được Kim Cương Địa.

Với Giáo Môn thì việc tu hành coi như đã xong, nhưng với Thiền Tông thì khi tới được Bạch Tịnh Thức vẫn còn chưa xong! Vì còn phải tiến thêm một bước nữa, là ra ngoài tất cả Thiện lẫn Ác.

Lục Nhập

là sáu cách thu nạp các cảm thọ (cảm giác) của sáu Căn:

Nhãn Căn tiếp xúc với sắc trần khiến chúng ta "Thấy"
rất giới hạn

Nhĩ Căn tiếp xúc với thanh trần khiến chúng ta "Nghe"
rất giới hạn

Ý Căn tiếp xúc với Pháp Trần khiến chúng ta
"Hiểu Biết" rất giới hạn

Và tất cả các căn kia: Tỉ căn, Thiệt căn, Thân căn, cũng đồng một ý nghĩa như thế.

Trong Sáu cách nhập của sáu Căn, thì năm Căn đầu còn gọi là Ngũ Giác Quan, tương đối giản dị, dễ hiểu. Riêng Ý Căn là Căn số sáu thì hơi phức tạp và cũng hơi khó hiểu, Chúng ta có thể tạm hiểu như sau:

Ý Nhập là sự thu nạp của Ý Căn.

Ý Căn là cái Ý Niệm tiềm tàng, nó thu nạp các danh ngôn, hình tướng của mọi sự vật bằng cách nương theo các cảm giác đặc biệt, hoặc do những việc đã học tập, ghi nhớ từ trước, thường là qua Ý Thức.

Cũng xin nhắc lại những đặc điểm và nhiệm vụ của Ý Căn một lần nữa: Chúng ta khó thấy và khó rõ về Ý Căn như thế nào, vì khi thức thì Ý Thức hoạt động mãnh liệt quá, chỉ khi ngủ thật say không mộng mơ, khi té bất tỉnh, khi bị chụp thuốc mê, chỉ lúc ấy Ý Thức mới tạm ngưng, không phát khởi, thì chúng ta mới có dịp thấy được Ý Căn ra sao! Nhưng thật ra thì khi ngủ, không phải là hoàn toàn không biết là có mình. Cái biết ngấm ngầm trong lúc ngủ chính là Ý Căn.

Ý Căn không duyên với ngoại cảnh mà chỉ duyên với những cảnh danh ngôn, danh tướng đã xảy ra trong quá khứ, đã học tập từ trước, hoặc không có trước mắt.

Trong lúc Ý Căn duyên với các Pháp Trần như thế, thì cái thấy, cái nghe hình như rời bỏ ngoại cảnh mà xoay vào bên trong để suy nghĩ, thu nạp, ôn lại những điều đã ghi nhớ. Nhưng sự thật thì cái thấy, cái nghe đó cũng chỉ đi đến được Pháp Trần, mà không vào thẳng được Tiềm Thức! Có nghĩa là Ý Căn không thể tự duyên thẳng với các điều đã học tập, mà hoàn toàn trông cậy vào Tiềm Thức đưa ra được điều gì, thì gọi là Nhớ, và khi Tiềm Thức không đưa ra được, thì gọi là Quên. Do những Nhớ/Quên, Thức/Ngủ, đối đãi như vậy mà thành có Ý Căn, ngoài những việc ấy ra, Ý Căn không có tự thể.

Thập Nhị Xứ

là mười hai chỗ sinh ra sự hay biết giới hạn làm ngăn che Tự Tính:

Nhãn Căn duyên với Sắc Trần mà có Nhãn Thức
  là cái "Thấy" giới hạn
Nhĩ Căn duyên với Thanh Trần mà có Nhĩ Thức
  là cái "Nghe" giới hạn
Ý Căn duyên với Pháp Trần mà có cái
  "Hay Biết" giới hạn

Và những Căn Kia là Tỉ Căn, Thiệt Căn, Thân Căn cũng đồng một ý nghĩa như vậy.

Thập Bát Giới

là mười tám cái riêng biệt, cách bức nhau nên sự thấy, nghe, hay biết bị giới hạn:

Sáu Căn: Nhãn, Nhĩ, Tỷ, Thiệt, Thân, Ý

tiếp xúc với:
Sáu Trần: Sắc, Thanh, Hương, Vị, Xúc, Pháp

Mà sinh ra:
Sáu Thức: Nhãn Thức, Nhĩ Thức, Tỷ Thức, Thiệt Thức,
  Thân Thức, Ý Thức
  (tất cả những Thức này làm ngăn che Tự Tính)

THẤT ĐẠI

Nói một cách tổng quát là:

đất, nước, gió, lửa, không, kiến và thức.

Thân người được bao gồm bởi:

Đất : xương, da, lông móng...
Nước : máu mủ, mồ hôi, nước bọt...
Gió : (không khí): hơi thở, thổi hơi
Lửa : hơi ấm
Không : hư không vô ký (*khi còn vô minh*)
Kiến : cái thấy tĩnh lặng không dao động (***Thể***).
Thức : Tâm Ý Thức phân biệt, nên dao động.
Có tác dụng nhận biết muôn điều, muôn vật của thế gian (***Dụng***).

Cảnh hóa hiện của Cực Lạc do Tính Chân Không Diệu Hữu ánh ra, nên có muôn cảnh vật như huyễn, như hóa. Theo Lăng Nghiêm Kinh, xin nhắc lại:

Những cảnh vật ấy chỉ dường như có chứ không phải thật có, dường như không chứ không phải thật không; Sự thật bản chất của sự sự, vật vật này là Tính Không, là Pháp Giới Tính, là Tính trùng trùng Duyên Khởi của tất cả mọi sự, mọi vật.

Chỉ vì trước Cảnh sinh Tâm, tự dưng không nguyên nhân gì cả mà chúng ta tự sinh khởi ra cái Giác, là Vọng Giác, rồi từ Vọng Giác này, lại sinh khởi cái Nhất Niệm Vô Minh tức Niệm Nhị Biên đối đãi chấp thật, chấp giả, niệm này đã tự chuyển Trí thành Thức! Cho nên khi chúng ta hiểu biết về bất cứ cái gì thì chỉ là cái Vọng Biết, và khi chúng ta không biết, không hiểu thì chỉ là Vô Ký Không, tức Vô Thủy Vô Minh; Cũng do lẽ đó mà có Thất Đại hiện hóa nơi ta và cùng khắp Pháp Giới.

Theo Lăng Nghiêm Kinh:

Phong Đại:
Bên cái Vọng Giác thì sáng suốt và chấp thật. Bên cái Hư Không thì không hay biết gì, hai cái đối đãi với

nhau thành có lay động. Bởi lay động như thế mà tự phát sinh ra Gió. Gió có tính lay động chính mình và lay động muôn vật, do đó mà có Phong Đại ở nơi chúng ta và ở cùng khắp thế giới.

Địa Đại:
Gió cứ lay động mãi thì tự sinh ra cát bụi. Sở dĩ có các thứ ngăn ngại này là vì chính cái Vọng Tâm phân biệt của chúng ta kiên cố quá, nên tự nó lập thành tính cứng mà phát hiện ra đất đá, sắt, thép, đồng, chì... những thứ này có tính ngăn ngại, do lẽ đó mà có địa đại nơi chúng ta, và cùng khắp thế giới.

Hỏa Đại:
Những thứ có tính cứng là sắt, là đá... lại bị cọ xát và cứ cọ sát mãi với Gió, thì có Hỏa Đại phát ra cùng khắp Pháp Giới và ở cả nơi chúng ta.

Hỏa Đại có tính biến hóa, nó có khả năng biến mọi vật từ hình dạng này sang hình dạng khác, và khi chúng ta nung sắt, nung đá đến một nhiệt độ thật cao thì chúng lại chảy thành nước.

Cái lạnh cũng là Hỏa Đại, chứ không riêng gì cái nóng, như tuyết lạnh cũng làm kim loại rỉ sét.

Thủy Đại:
Khi Hỏa phát ra mãi, thì lại đốt những thứ có tính cứng đó chảy ra thành nước, do đó mà có Thủy Đại nơi chúng ta và cùng khắp Pháp Giới. Tính của Thủy Đại lưu hành khắp mọi nơi, không ở yên một chỗ nào cả.

Ngũ Đại với Vũ Trụ Thế Giới

Năm thứ Đại (Đất, Nước, Gió, Lửa, Không) dung thông liên hệ, mật thiết hoạt động không ngừng nghỉ với nhau giữa hư không, tạo thành Hình Tướng Vũ Trụ Thế Giới.

Ngoài biển cả, hơi Nóng (Lửa) cứ luôn bốc lên đốt các vật cứng như đất, đá… thành nước rồi lại chảy xuống:

Khi Hỏa Đại yếu hơn Thủy Đại thì có nhiều gò, nhiều núi cao nổi lên, nhưng nếu ta lấy hai viên đá đập vào nhau thì có lửa xẹt ra, còn đem đá đi nấu, hoặc nung ở nhiệt độ thật cao thì nó lại chảy ra thành nước.

Khi Thủy Đại (*nước*) nhiều quá, mạnh quá mà Địa Đại (*Đất*) ít quá, kém quá thì:

Chỗ đất bị lún thật sâu là biển, chỗ lún nông hơn là sông hồ, lạch v.v…tùy theo chiều sâu của đất bị lún.

Chỗ đất không bị lún, nhưng vẫn không đủ đất vì Nước nhiều hơn, thì đất bị mềm, do đó cây cỏ, rừng rú mọc lên, nhưng khi ta đốt cây cỏ đó, thì nó lại thành đất, và nếu đem đất ấy vắt ra, ép ra thì nó lại thành nước, và cứ thế hơi nước lại bốc hơi lên và…

Thất Đại của Chúng Sinh (đặc biệt là loài người)

Như đã nói rất kỹ ở trên về Tạng Thức (Thức số Tám) còn gọi là Thần Thức mà chúng ta đã gắn bó với nó không rời từ hằng hà sa số kiếp! Thức tái sinh này vô tướng. Nó là Luồng Nghiệp Lực âm thầm tự động dẫn dắt chúng ta vào vòng Luân Hồi tùy theo nghiệp Thiện/Ác mà chúng ta đã tự tạo!

Việc tự động chúng ta bị đi thọ thai đã được chứng minh rất rõ ràng qua "Thập Nhị Nhân Duyên" diễn tiến, để có Thân Tâm Tứ Khoa Thất Đại (Đất, Nước, Gió, Lửa, Không, Kiến và Thức).

Qua Thập Nhị Nhân Duyên

1. Vô Minh duyên Hành: vì Vô Minh, tức Nhất Niệm Vô Minh, nên có Tự Ngã để tạo Nghiệp

2. Hành duyên Thức: khi đã có cái Tự Ngã, có cái nghiệp, thì cứ chấp Thức Số Tám là Ta

3. Thức duyên Danh Sắc: ôm Thức số Tám đi đầu thai để có Thân Tâm (là Danh Sắc) nhưng chưa thành tựu

4. Danh Sắc duyên Lục Nhập: bào thai đã có Sắc Thân với sáu Căn để tự động có Lục Nhập

   Danh Sắc là Bào Thai:

   > Danh: Là Bốn Uẩn: Thọ, Tưởng, Hành, Thức chỉ có tên gọi nhưng chưa thành tựu, Thần Thức này tạm có tên gọi, nhưng nó Vô Tướng, là **Tâm**.
   > Sắc: Tinh trùng của Cha, và noãn trứng của Mẹ là **Thân** Tứ Đại (Đất, Nước, Gió, Lửa).

5. Lục Nhập duyên Xúc: Sáu Căn, Sáu Trần tiếp xúc với nhau *(đứa bé đã sinh ra)*.

6. Xúc duyên Thọ: Vì căn trần tiếp xúc với nhau nên có Cảm Giác riêng biệt của Sáu Căn, để lĩnh thụ mọi hoàn cảnh của đời

7. Thọ duyên Ái: Vì có cảm giác đặc biệt nên mới có Ái

8. Ái duyên Thủ : vì có ái nên Chấp và muốn chiếm giữ

9. Thủ duyên Hữu: Khi đã chấp và giữ chặt rồi, thì nhận Thân, Tâm, của cải làm sở hữu của mình để tạo nghiệp cho kiếp sau

10. **Hữu duyên Sinh**: đã có cái thân là Ta, là Của Ta thì phải tạo Nghiệp để tư lợi cho Bản Thân, cũng là gieo Nhân đời này để Thọ Sinh đời sau

11. **Sinh duyên Lão**: Đã có Sinh thì phải đi đến Già (**LÃO**).

12. **Lão duyên Tử**: Đã có già là phải có Chết (**TỬ**).

Cũng qua Thập Nhị Nhân Duyên thì Thân Tâm của chúng ta và sự sự vật vật của Vũ Trụ này đều không ra ngoài vòng của Thập Nhị Nhân Duyên.

Con người: Đi trọn vẹn cả vòng 12 Nhân Duyên với (Sinh, Trụ, Dị, Diệt).

Muôn sự, muôn vật mà chúng ta yêu, chúng ta giữ chặt, những thứ ấy cũng ở trong vòng của 12 Nhân Duyên với (thành, trụ, hoại, không).

Chú ý :
Thập Nhị Nhân Duyên chỉ rõ tác dụng Luân Hồi của Vô Thủy Vô Minh với Nhất Niệm Vô Minh có nghĩa Tương Đối, hoàn toàn là sự suy tư của bộ óc. Thuyết minh này không dính dáng gì đến Chân Như Phật Tính, vì Chân Như Phật Tính thì Siêu Việt Sinh/Diệt, Động/Tịnh, Hữu/Vô …

*

II. PHƯƠNG PHÁP HẾT VÔ MINH

Chúng ta đã lỡ lầm nhận giặc làm con, nghĩa là nhận lầm cái Kiến, Văn, Giác, Tri - cái Thấy, cái Nghe, cái Hay Biết, (là Vọng Niệm Phân Biệt) - làm Tâm của mình, rồi khi tu hành sâu hơn thì lại lầm lẫn mà cho rằng cái tâm phân biệt ấy là Bản Thể Chân Như. Thật ra nó chỉ là cái Vọng Tâm Thức, còn gọi là Thần Thức, là Linh Giác (linh hồn), là cái Giác thơ ngây lỡ lầm thuở ban đầu, tự nó chiêu cảm, tự nó chấp chước và tự nó lật ngược Trí Tuệ thành Thức Vô Minh, Phật thành Chúng Sinh, Vô Sinh thành Sinh Tử, Cực Lạc thành Sa Bà. Chúng ta đã tự lỡ lầm, thì nay cũng chính chúng ta phải tìm một phương tiện nào thích hợp nhất của Đức Phật, là trong tám mươi bốn ngàn phương tiện được quy tụ lại thành bốn đại loại:

1. Trì Chú
2. Niệm Phật
3. Quán Tưởng (Giáo Môn)
4. Tổ Sư Thiền (Niêm Hoa Thị Chúng,
 Giáo Ngoại Biệt Truyền)

Chúng ta hãy dùng một trong bốn cách tu này để chuyển lại cái khái niệm vô minh điên đảo, kiên cố chấp chước ấy trở về nguyên thủy của nó là cái vốn dĩ chân chính (Vô Ngôn, Vô Thuyết, Vô Thị, Vô Thức). Đó chính là cái ra ngoài mọi lý luận, tranh cãi và gán ghép...

Trước khi đi vào phương tiện thì chúng ta cũng nên tìm hiểu kỹ càng từng Pháp Môn để tránh mọi phức tạp chưa được rốt ráo, mất thì giờ vì phải đi loanh quanh.

Vì bất cứ Pháp Môn nào mà không vào được những điều sau đây thì khó mà đến được kết quả rốt ráo:

Phủ định Tương Đối
Thể hiện Bình Đẳng
Hiển bầy Tuyệt Đối
Siêu việt cả Bình Đẳng, Tương Đối lẫn Tuyệt Đối.

Như Lai Tạng

Lối Về Nguồn

*Tám tư ngàn Pháp Môn, Khai Ngộ chúng sinh
Phương tiện Phật dậy, sao thoát khỏi điêu linh
Vì nghiệp chướng, căn, cơ, cao thấp chẳng đồng đều
Nên thiên biến, vạn hóa, tùy duyên khéo độ quần sinh*

*Chọn đúng lối về, nhanh, dễ, vẫn hơn
Mau, chậm về nguồn tùy ở Pháp Môn
Đừng Tu nhiều đời, loanh quanh luẩn quẩn
Đừng tốn thời gian trở lại cô thôn!*

*Dù Pháp Môn nao, dù Giáo Môn nào
Mục đích Giác Ngộ, giải thoát lao đao
Chuyển hóa Thức Tâm, toàn Tri Kiến Phật
Sáng soi mặt trời! Tĩnh lặng làm sao!*

*Tứ Thánh Đế, Thập Nhị Nhân Duyên
Cả Ba Bảy Phẩm Trợ Đạo, đòi hỏi thật chân chuyên
Thiền: Chỉ, Quán, Giáo Môn, cùng hơi rắc rối
Quán, Chỉ thái quá nên chưa tròn viên*

Tu theo: Tứ Thánh Đế
Tu Thiền: "Chỉ" (Thừa Thanh Văn)

*Muốn xả Thọ, Tưởng nên nhiếp Lục Căn
Dứt Tư Tưởng, Diệt Cảm Giác khó khăn
Chỉ Tịnh, Vô Động là chưa thấy Tính
Tuy lặng bề mặt, sâu dưới còn nguyên*

Như Lai Tạng

Tu theo: Thập Nhị Nhân Duyên
Tu Thiền: "Quán" (Thừa Duyên Giác)

*Thiền Quán, Đoạn Diệt Nhất Niệm Vô Minh
Quán đi, Quán lại, cũng khó viên minh
Chỉ Động, Không Tịnh, cũng chưa thấy Tính
Chân Như, Niệm gì mà Diệt mà Sinh?*

Tu theo: Lục Độ Ba La Mật
Thiền: "Chỉ, Quán Đồng Tu" (Thừa Bồ Tát)

*Tâm Vật hiệp nhất, bi, lực hy sinh
Lục Độ, Thiền Quán, Phá Vô Thủy Vô Minh
Khi Quán, khi Chỉ sâu vào:
Một Thức, một Trần, một Căn hay Đại
Thất Thức chuyển thắng, thắng vào Bát Thức
Ấy vậy còn chưa Tự Định, Tự Minh !*

*Thanh Văn, Duyên Giác, phạm vi Tương Đối
"Ngã, Pháp" còn chấp, luẩn quẩn, lôi thôi
Động, Tịnh không đồng, sao hợp Diệu Tính!
Bồ Tát còn chưa viên trọn chưa rồi*

Tổ Sư Thiền
Tham Thoại Đầu, Công Án
Vô Tu, Vô Chứng (Phật Thừa)

*Không Vật, Không Tâm, dứt sạch nghiệp sâu
Thiền tham Công Án, hay tham Thoại Đầu
"Phật Thừa", Chân Như là đây Tuyệt Đối
Viên mãn Thật Tướng, Vô Chứng, Vô Cầu*

*Chẳng Pháp Môn nào mà không nhiệm mầu!
Khó, dễ, nhanh, chậm, thời gian bao lâu
Siêng năng, chân tu một đời là đủ
Công Án, Thoại Đầu, miên mật về mau.*

Pháp môn nào cũng tuyệt vời vì cùng chung mục đích, chỉ đi nhanh hơn hay chậm hơn mà thôi. Do lẽ đó khi tìm hiểu và cân nhắc kỹ càng thì chúng ta sẽ thấy rằng: Tu cách nào cũng đều về kết quả của đối đãi là Có Chứng, Có Đắc, và khi Đắc đến tận cùng thì lại đi vào Vô Vi Niết Bàn, có nghĩa là rời bỏ hẳn Cõi Sa Bà (Hữu Vi) là cõi chúng ta đang hiện sống, để đi vào cõi Vô Vi! Thì thật là không hợp với Tinh Thần Bát Nhã (cốt tủy của Phật Pháp). Trong khi Phật Pháp chẳng hề rời Thế Gian Pháp bao giờ! Nếu đi ngược lại với Bát Nhã thì chúng ta tự động rơi vào trường hợp có Trí mà không có Thân (Hữu Trí Vô Thân)! Vì đã gọi là Vô Vi (Trống Rỗng) thì làm sao có thể Chứng Đắc! Nếu có Chứng Đắc là có số lượng, do đó mà Vô Sở Đắc (không có gì để Đắc).

Theo Thiền sư Duy Lực thì các Khoa Học Gia, các nhà Triết Học từ xưa tới nay toàn là dùng bộ óc và dùng vật chất để tìm hiểu Vũ Trụ Loài Người ở đâu ra. Có biết đâu rằng càng suy nghĩ, càng tìm hiểu, càng phân tích càng rơi vào Duy Vật Luận, thì lại càng đi lạc và kết quả chỉ đi đến được con số không, cũng như người học về:

Tiểu Thừa còn trong giai đoạn Chấp Ngã (Duy Vật Luận)

Các ngài tu theo Tứ Thánh Đế, phương tiện là Thiền Chỉ (làm lắng đọng Tâm Thức), bằng cách "Nhiếp Lục Căn" để diệt cảm giác, nên luẩn quẩn trong Năm Thức đầu. Tại chấp thật có Ngã, thật có vạn vật nên lấy vật làm đối tượng, vì nghĩ nó liên hệ mật thiết với Tự Ngã, đổ lỗi cho Sáu Căn đã chiêu tập Trần Cảnh vào, để tạo nên những cảm giác làm chúng ta vướng mắc, do đó người Tiểu Thừa muốn tránh những phiền não ấy, nên chủ trương đóng bít các cánh cửa cảm giác, tức là Nhiếp Lục Căn lại. Nhưng tiếc thay khi họ nhập định, cho dù có trải qua bao thời gian cũng chẳng thể duy trì mãi được cái niệm thanh thanh, tịnh tịnh. Kết cuộc cũng phải xuất định, thì tự động trở lại với những cảm giác cũ của Tự Ngã.

Trung Thừa còn trong giai đoạn Chấp Pháp (Duy Tâm Luận)

Các ngài tu theo Thập Nhị Nhân Duyên, phương tiện là Thiền Quán vạn vật từ thô tới cái vi tế nhất của nó là cái hư không. Chủ trương là dứt Nhất Niệm Vô Minh để diệt tư tưởng. Thiền Quán mọi sự vật như thế chỉ lẩn quẩn với Nhất Niệm Vô Minh, (Thức số Sáu), hướng nội, dùng bộ óc, dùng Nhất Niệm Vô Minh để phân tích và quan sát vạn vật đến cái tận cùng của nó. Kết quả là lạc vào Vô Ký Không! Họ nghĩ rằng đem Ý Căn ngưng lại không suy nghĩ nữa thì sẽ diệt được Thức tư tưởng, và khi tới được giai đoạn này thì trong Tâm chỉ còn một Niệm thanh tịnh, nên Hành Giả tưởng là đã thành công. Nhưng trong thực tế thì cái Nhất Niệm thanh thanh, tịnh tịnh là Vô Ký Không (Vô Thủy Vô Minh). Cảnh giới này giống như đồng nhất, nên lầm tưởng là Bản Thể Tuyệt Đối! Có biết đâu, nó vẫn là Nhất Niệm Vô Minh tạm ngưng hoạt động, rồi lại tiếp diễn hoạt động lại! Vì Nhất Niệm Vô Minh không ngoài cơ thể hiện hữu, nên vẫn phải chịu mọi tác dụng của cơ thể với sự hạn chế của thời gian, nên khi Hành Giả bị xuất định thì tự động trở về Thế Giới tư tưởng, cảm giác! Vậy phương pháp Lý Niệm vẫn là tương đối, không ra khỏi phạm vi của Nhất Niệm Vô Minh.

Đại Thừa cũng vẫn còn ở trong giai đoạn Vô Thủy Vô Minh

Vì chưa phá nổi cái **Không** của nó, nên coi như "Chấp **Không**". Vì:
Có những vị chưa phá nổi cái **Không** của nó
Có những vị lại lầm tưởng Vô Thủy Vô Minh là cứu cánh cuối cùng, nên không tiếp tục hành trình nữa.

Các ngài tu theo phương tiện Thiền Tịnh Song Tu, theo Lục Ba La Mật, chủ trương là phá Vô Thủy Vô Minh. Nhưng chưa phá được cái Vô Thủy Vô Minh nên cứ luẩn quẩn trong Thức số Bẩy và Thức số Tám mãi. Người tu Đại Thừa không chấp nhận việc ngưng nghỉ Lục Căn cũng như dứt Nhất Niệm Vô Minh. Trái lại người tu Đại Thừa "lấy độc trị độc", là dùng ngay Lục Căn và Nhất Niệm Vô Minh để phá Vô Thủy Vô Minh. Nhưng cách tu này chưa trọn vẹn, vì chưa phá được cái "KHÔNG".

Chân nghĩa của Đại Thừa Phật Pháp là Tuyệt Đối tự siêu việt thời gian, không gian. Dù trải qua hằng hà sa số Kiếp vẫn như vậy, nó lại chẳng lìa thời gian, không gian và thế giới hiện hữu có sự ứng dụng từng giây, từng phút trong đời sống hiện tại mà chẳng có một chướng ngại gì.

Tối Thượng Thừa Thực Tướng

Phương tiện là Tham Thoại Dầu, hay tham Công Án. Dùng Thức số Sáu vào Thức số Bảy rồi vào Thức số Tám, hoặc dùng ngay Thức số Bảy mà vào Thức số Tám để phá vỡ cái **Không** của Vô Thủy Vô Minh, là sẽ trực nhận ra Chân Tâm, tức trực tiếp ngay Phật Pháp Tuyệt Đối không rời Thế Gian Pháp bao giờ!

Bốn Thừa thật ra chỉ là Nhất Thừa, đều vô cùng quý giá, thấy như khác nhau, đối lập nhau, mâu thuẫn nhau, nhưng lại đồng một mục đích, và khi tiến tới được mục đích tuyệt đối thì cùng gặp nhau ở một điểm, nên mọi mâu thuẫn, đối lập đều biến thành đồng nhất.

Để không đi loanh quanh và đạt tới đúng tinh thần Phật Pháp là Thực Tướng, Thực Hành và Thực Dụng thì cái Nhất Niệm Vô Minh huyễn hóa không thật kia là thủ phạm của cội nguồn Tương Đối, cũng là chủng tử của Vô Thủy Vô Minh cần phải được siêu việt. Bằng cách dùng nó là Thức số Sáu, hay dùng ngay Thức số Bảy mà đi thẳng vào Vô Thủy Vô Minh (Thức số Tám) để phá cái "chấp **Không**" mà đạt Bản Thể Tuyệt Đối.

Vậy muốn tiến vào Tuyệt Đối thì phải phủ định được tương đối, tức Ngộ. Mà muốn Ngộ thì phải Nghi, vì "Tiểu Nghi Tiểu Ngộ, Đại Nghi Đại Ngộ, còn Không Nghi thì Không Ngộ".

Và nếu muốn Nghi thì chỉ có một cách là Tham Công Án, hay Tham Thoại Đầu.

Cách Tham Thiền

Căn bản Ngồi Thiền cho đúng cách, nhưng không có nghĩa là phải ngồi kiết già.

Tham Thiền là kiếm cho mình một Công Án, hay một câu Thoại Đầu thích hợp, thí dụ:

Công Án:
Công Án "MU" hay Công Án "Tôi Là Ai"...
Câu Thoại Đầu:
Khi chưa có Trời Đất Ta là cái gì?
Hay Niệm Phật là Ai?...
Chỉ chọn một câu thôi, và cứ tự hỏi liên tục 24/24. Khi thì hỏi ra tiếng, khi thì hỏi thầm, suốt ngày đêm: ăn, ngủ, làm việc, nghỉ ngơi ...

Đừng hiểu lầm Tham Thiền là ngồi Thiền. Tham là hỏi, hỏi để Nghi, có Nghi thì sẽ có Ngộ. Tuy nhiên chỉ Tham Thiền mà không ngồi Thiền là vô cùng thiếu sót! Chúng ta rất cần ngồi, ngồi càng nhiều càng tốt. Do lẽ đó mà có những buổi Nhiếp Tâm 2 ngày, 5 ngày, 7 ngày... Đức Thích Ca còn phải ngồi bốn mươi chín ngày, thì chúng ta là gì mà không ngồi? Thường thì trong những buổi Nhiếp Tâm dễ có cơ hội để "Ngộ" hơn.

Theo Thiền sư Duy Lực, thì khi Tham Thiền không dùng Thức Tâm phân biệt đi truy tìm (tìm hiểu, đoán mò để giải đáp câu hỏi). Vì truy tìm chỉ là hồ nghi, là lọt vào tương đối, vì nếu dùng trí óc để suy lường tức là Thế Gian Pháp.

Còn Chính Nghi thì chỉ cho Tâm không hiểu, không biết, chứ không cho Tâm đi truy tìm, tức không dùng bộ óc, thì sẽ không bị lọt vào Tương Đối, và khi không còn tương đối thì đó là "xuất Thế Gian Pháp".

Vậy, Tham là Hỏi. Dùng câu Công Án hay Thoại Đầu để Hỏi, Hỏi một cách rõ ràng từng chữ, phải kiên trì mà Hỏi, Hỏi bằng cả tám mươi tư ngàn lỗ chân lông, và ba trăm sáu mươi cái xương trong Thân mình, chứ không chỉ Hỏi bằng cái miệng (là niệm Công Án). Chúng ta chỉ cần chú tâm 100% vào Công Án mà Hỏi thôi, Hỏi làm sao mà không giải đãi, không nôn nóng thôi thúc, không mong cầu, dĩ nhiên không hôn trầm. Hỏi mãi sẽ có Nghi, Nghi tức không hiểu, càng không hiểu càng Hỏi tiếp, dù Vọng Tưởng bời bời nổi lên cũng đừng chú ý tới nó, không cần đè nén hay cắt đứt nó. Cứ chú tâm vào Công Án mà Hỏi tới mãi. Hỏi không ngừng, để không làm gián đoạn Câu Hỏi ấy, là chúng ta sẽ có công phu miên mật. Công phu này tự quét sạch mọi vọng tưởng, tự khởi Nghi Tình, chứ đừng cố tạo Nghi Tình. Khi Nghi Tình thành khối tức đến được giai đoạn Đầu Sào Trăm Thước, thì vẫn cứ tiếp tục mà tham và tham mãi… Có nghĩa là từ Đầu Sào Trăm Thước phải tiến thêm một bước nữa thì tự động bộ óc sẽ tạm ngưng hoạt động, và Nhất Niệm Vô Minh tự ngừng, cũng là đã lìa được Ý Thức. Khối Nghi này, nó tự động phá vỡ Vô Thủy Vô Minh (Cái **Không**), còn gọi là Căn Bản Vô Minh, là Cội Nguồn Sinh Tử.

Thật lạ thay, giây phút này Hành Giả tự động ôm trọn cái kết quả đạt Đạo của Nhị Thừa, vì đã phá được Ngã chấp, phá được Pháp chấp, đồng thời cũng ôm trọn cái đạt Đạo của Đại Thừa, vì đã phá được cái **Không chấp** (Vô Thủy Vô Minh). Và Hành Giả tự động là Cái Tuyệt Đối, trọn vẹn: Tứ Thánh Đế, Thập Nhị Nhân Duyên, Ba Mươi Bảy Phẩm Trợ Đạo, Lục Ba La Mật, Bát Chánh Đạo… cũng là đã *Đắc Giới*, và mỗi hành động, lời nói đều rõ biết về *Niêm Hoa Thị Chúng* (Lý Sự, Định Huệ Viên Dung). Khi Thức số Sáu đã chuyển, thì Thức số Bảy, Thức số Tám phải chuyển theo và tự động chuyển cả Năm Thức đầu. Hành Giả đã biết rõ mình là ai và Vũ Trụ là gì. Tuy nhiên mới là vào giai đoạn khởi Tu để sẽ Ngộ sâu hơn, và đi đến Viên Mãn vì "Kiến Tính mới khởi Tu".

Sau khi Kiến Tính

Phần Ấn Chứng: Sau khi đã Kiến Tính! để chứng minh, để xác nhận cho sự khám phá ra cái Ta Là Ai và Vũ Trụ Vạn Vật là gì, thì chỉ cần đi thật sâu vào một trong bảy Bộ Kinh sau đây như: Kinh Lăng Nghiêm, Kinh Pháp Bảo Đàn của Lục Tổ, Kinh Lăng Già, Kinh Viên Giác, Kinh Pháp Hoa, Kinh Kim Cương, Kinh Duy Ma Cật là sẽ thấy rõ Lý Sự không khác gì những lời Kinh xưa đã khai thị, để hướng dẫn chúng ta không bị lầm lạc.

Kiến Tính Khởi Tu: Sau việc Ấn Chứng của Thầy, của các Kinh Phật, của Tổ thì Hành Giả vẫn tiếp tục hàng ngàn, hàng vạn câu Công Án ở một trong những Bộ Kinh đã nói ở trên, và vẫn tiếp tục ngồi Thiền là tự động giữ Giới. Nhưng phải bỏ mọi tập khí, thói hư đến tận cùng. Cứ làm như thế thì sẽ không còn một chút mây mù gì của Ngũ Uẩn và mới tiến tới Viên Mãn được.

*

HOẠ ĐỒ THÂN TÂM VIÊN MÃN

			Phật Tính	Định	Thể	Đức
Thân Tâm Viên Mãn	**Tam Thân**	Thanh Tịnh Pháp Thân Viên Mãn Báo Thân	Trí Tuệ	Tuệ	Trí	Trí
		Thiên Bách Ức Hóa Thân (hay Ứng Thân)	Thiện Hạnh	Giới	Dụng	Bi
	Tứ Trí	Thành Sở Tác Trí	(chuyển từ Tiền Ngũ Thức)			
		Vô Phân Biệt Trí hay Diệu Quan Sát Trí	(chuyển từ Ý Thức)			
		Bình Đẳng Tính Trí	(chuyển từ Thức số Bảy)			
		Đại Viên Cảnh Trí	(chuyển từ Thức số Tám)			
	Ngũ Nhãn		Nhục Nhãn			
			Thiên Nhãn			
			Huệ Nhãn			
			Pháp Nhãn			
			Phật Nhãn			
	Lục Thông		Sáu Căn: Mắt, Tai, Mũi, Lưỡi, Thân, Ý đã viên thông, không còn bị ngăn ngại cách bức			
	Thất Bảo		Chuyển từ Thất Đại (đất, nước, gió, lửa, không, kiến, thức) thành Thất Bảo			

III. THÂN TÂM VIÊN MÃN

Thật đúng, khi mê là chúng sinh, và khi ngộ là Phật. Y như Đức Phật và Lục Tổ Huệ Năng đã dạy: Tứ Khoa, Thất Đại là Như Lai Tạng với đầy đủ Tam Thân, Tứ Trí, Ngũ Nhãn và Lục Thông. Như vậy Thất Đại là Thất Bảo.

Trong Lăng Nghiêm Kinh Đức Phật đã từng thuyết:

Tính Chân Không là Chân Giác
Tính Chân Giác là Chân Không
Tính của Địa, Thủy, Hỏa, Phong là Chân Không
Tính của Chân Không là Tính của Địa Thủy Hỏa Phong

Tam Thân

Cũng là Tam Thân đầy đủ Giới Định Huệ, đó mới gọi là Công Đức, vì trong Công Đức bao gồm cả Trí lẫn Hạnh

Vô Thủy Vô Minh nay trở thành:
THỂ là ***Pháp Thân***, là **Định** tức **Công Đức**

Kiến, Văn, Giác, Tri (Thấy, Nghe, Hay Biết) thành:
TRÍ là ***Báo Thân***, là **Tuệ** tức **Trí Tuệ**

Lục Căn (Mắt, Tai, Mũi, Lưỡi, Thân, Ý) thành:
DỤNG là ***Ứng Thân***, là **Giới**, là **Hạnh**

Tứ Trí:

Bát thức chuyển thành Tứ Trí

Tiền Ngũ Thức chuyển thành "Thành Sở Tác Trí"

Thức Số Sáu chuyển thành "Vô Phân Biệt Trí" hay
                    "Diệu Quan Sát Trí"

Thức Số Bảy (Mạt Na) chuyển thành
                     "Bình Đẳng Tính Trí"

Thức Số Tám (A Lại Gia) chuyển thành
                     "Đại Viên Cảnh Trí"

Ngũ Nhãn

Ngũ Căn thành Ngũ Nhãn. Tùy theo sự Ngộ nông sâu, trí tuệ cỡ nào mà có Ngũ Nhãn, chính là sự Thấy Biết siêu việt.

Thấy biết hạn hẹp là **Nhục Nhãn**: con người khi còn vô minh

Thấy biết khá sâu sắc là **Thiên Nhãn**: như những vị Tu khá sâu sắc và những vị tu Tiên, Thánh khi họ đắc Đạo

Thấy biết thâm sâu là **Huệ Nhãn**: như những người đã thâm nhập Phật Pháp và những người tu Tiểu Thừa, Trung Thừa khi họ đắc đạo

Thấy biết vô ngại là **Pháp Nhãn:** như những vị đã thâm nhập Bát Nhã và các Vị Bồ Tát Đại Thừa

Thấy biết siêu việt là **Phật Nhãn:** như các vị đã ngộ Đạo, vượt cả Nhục Nhãn, Thiên Nhãn, Huệ Nhãn, Pháp Nhãn nhưng lại không rời Ngũ Nhãn.

Tóm lại nếu Hành Giả chỉ tu quanh quẩn trong Năm Thức đầu với Thức số Sáu mà đắc được thì cũng chỉ trong vòng Nhục Nhãn, Thiên Nhãn đến Huệ Nhãn.

Nếu Hành Giả phá được Thức số Bảy và đã mon men vào Thức số Tám thì được Nhục Nhãn, Thiên Nhãn, Huệ Nhãn, Pháp Nhãn và cuối cùng nếu Hành Giả vào được Thức số Tám, phá được cái KHÔNG (là Vô Thủy Vô Minh) cũng là phá được cội nguồn Ý Thức thì sẽ có cả Ngũ Nhãn, tức Phật Nhãn (vượt Thấy và Chẳng Thấy).

Lục Thông

Sáu Căn Mắt, Tai, Mũi, Lưỡi, Thân, Ý đã thông suốt, không còn bị cách bức. Một tức sáu, sáu tức một. Thật ra chẳng có gì đáng gọi là một, là sáu vì Lục Thông ra ngoài số lượng, thời gian lẫn không gian.

Thất Bảo

Thất Đại (đất, nước, gió, lửa, không, kiến, thức) nay thành Thất Bảo.

IV. KẾT LUẬN

Tóm lại, khi đã trực nhận ra Bản Thể thì lúc ấy:

Nhất Thể Tam Thân, Tam Thân Nhất Thể, Thể Dụng Nhất Như, Định Huệ bình đẳng, diệu dụng hằng sa, ba tức một, một tức ba (thực ra chẳng một, mà cũng chẳng ba vì siêu số lượng).

Giống như Diễn Nhã Đạt Đa khi đã hết điên thì thấy cái đầu của mình vẫn đấy, chứ đâu có mất bao giờ! Cũng giống như chúng ta hết Vọng Tưởng Vô Minh thì tự động Tỉnh Mộng và thấy cái gì nó là cái đó, vẫn y nguyên (Như Thị) chứ có phải chuyển, phải lật, phải đập, phải phá cái gì đâu. Vì Chân Tính không phải là vật thì làm sao có thể đập phá, hay tạo thành? Nó hoàn toàn vượt ngoài suy luận đối đãi, vượt ngoài có/không, thật/giả và đúng y cảnh giới Bát Nhã tức Thân Tâm, Cảnh Giới Bát Nhã tự ra ngoài đối đãi:

Sắc Tức Thị Không,
Không Tức Thị Sắc

phi tâm, phi vật, vô Tu, vô Chứng, nhưng Tính không rời Tướng, Tướng không rời Tính, Phật Pháp không ngoài Thế Gian Pháp, chúng ta không ngoài Vũ Trụ Vạn Vật, Vũ Trụ Vạn Vật không ngoài chúng ta,

Cũng là:
"Cảnh vốn tự Không đâu cần hoại Tướng"
(Kinh Pháp Hoa)

Mọi sắc tướng, vũ trụ vạn vật cũng như Thân Tâm của chúng ta tự nó đã là **Không** rồi, chứ không cần phải diệt đi rồi mới thấy cái **Không**!

Trong Động có Tịnh, trong Tịnh có Động. Động là Tịnh, Tịnh là Động, Động Tịnh Như Như, cho nên cái xao động và cái không xao động đều Như Như bình đẳng, thế mới thật là không xao động, và như vậy mới trọn vẹn cả Trí lẫn Thân, thật là Vi Diệu.

Chú ý

Mọi danh từ: Ngộ, Đắc, Phá, Đi, Ý , tên của các Thừa và tên của bất cứ gì trong bài viết này ở u là Giả Danh, ở u là Phương Tiện!

Thiền

Lời cổ xưa đã nói:

"Kinh là lời Phật
Thiền là Tâm Phật"

Chúng ta ai cũng có Tâm Phật nhưng vì biết bao vọng tưởng điên đảo, đầy tham đắm, đầy phiền não bám víu vây quanh, che khuất Chân Tâm của chính mình.

Giả thử, nếu chẳng có vọng tưởng ấy thì ai cũng thấy rõ Chân Tính của mình, lúc nào cũng Tự Định, Tự Tịnh, và Tự Chiếu Tỏa.

Muốn lắng vọng tưởng để nhận ra Chân Tính ấy thì chỉ có một cách là Thiền. Nhưng đi sâu vào Thiền mà không đúng phương pháp thì cũng nhiều gian lao, phiền toái là dễ bị đi lạc đường.

Khi đang Thiền mà tự nhiên biết bất cứ điều gì, hay là nhìn thấy, nghe thấy, ngửi thấy những hiện tượng lạ thì lại tưởng là mình đã đạt được một quả vị gì đó. Có biết đâu tất cả mọi hiện tượng đó, ngay cả nhìn thấy Phật, cũng chỉ là Ma Cảnh mà thôi…

Vì Diệu Lý không phải là Pháp Hữu Vi (Có) để tạo, để lấy, để tu học được. Và nó cũng không phải là Pháp Vô Vi (Không) để đắc, để chứng diệt. Nếu có Tu, có chứng được thì Diệu Tính này chẳng phải Cái Vốn Vô Vi, Cái Vốn Vô Sinh mà là một Vật! thì không phù hợp Cái Vốn Vô Vi vẫn y cảnh hiện hữu. Cho nên nếu *còn có chứng, có đắc là còn có Sinh*;

chẳng chứng, chẳng đắc mới thật là Vô Sinh; mà đã Vô Sinh thì là Vô Tử.

Có một số người khi đang Thiền mà thấy vọng tưởng lăng xăng nhiều, thì nghĩ là "Động" quá nên phải đi kiếm cái "Tịnh". Có biết đâu rằng khi khởi Tâm chấp "Tịnh", thì đã tạo ra vọng tưởng "Tịnh" rồi! Thật ra thì vọng tưởng không hề có xứ sở! Người chấp "Vọng Tịnh" đã tự mình tạo lập "Tướng Tịnh" và cũng tự mình trói buộc trong "Tướng Tịnh" ấy. Trong thực tế Tịnh vốn tự tịnh và khi đã gọi là "Tịnh" thì còn có hình tướng gì?

Thiền Định đúng nghĩa của nó là đúng y mạch Kinh Bát Nhã như sau đây:

Sắc chẳng khác Không
Không chẳng khác Sắc
Sắc chính là Không
Không chính là Sắc

Cũng y như Lục Tổ đã dạy:

Bên ngoài: *đang nơi Tướng mà tự lìa Tướng thì gọi là "Thiền"*. Hay nói một cách khác: ngoài mà Chấp Tướng trong Tâm sẽ loạn, ngoài Lìa Tướng thì Tâm chẳng loạn.

Còn bên trong thì *đang nơi Niệm mà Lìa Niệm là "Định"*. Nói một cách khác: bên trong "Chẳng Động", "Chẳng Loạn" là "Định", hay *Bản Tính* đã *"Tự Định", "Tự Tịnh"* rồi, chỉ vì chúng ta thấy cảnh, chấp có cảnh thật thành ra *"Loạn"* mà thôi!

Khi đã thấu hiểu Bát Nhã, và ý của Tổ thì sẽ thấy mọi cảnh vật và ngay cả cái Chân Thân Tâm của chúng ta, tự chúng đã "Như Thị" y bốn câu Bát Nhã ở trên! Thì Tâm còn làm sao mà "loạn" cho được? Chúng ta chỉ cần "tham công án" thật liên tục, là "công án" ấy tự quét sạch mọi vọng tưởng đi, tức mây vọng tưởng tan thì *"Trăng Chân Định"* vốn sẵn đấy, tự hiện ra, chứ *chẳng phải muôn điều chẳng nghĩ, chẳng nói và muôn niệm chẳng khởi là "Định"*! Nếu ai rơi vào trường hợp này để rồi chấp Thiền là không nói gì cả, thì quả là hơi phiền!

Nói một cách tổng quát về "Thiền" từ cạn tới sâu:

Chúng ta "Thiền" là để "lắng vọng tâm", "lắng vọng niệm", để đầu óc bớt căng thẳng, để Tâm bớt loạn; nhưng không có nghĩa là để dứt tư tưởng, diệt vọng niệm, diệt cảm giác.

Khi Thiền sâu hơn cho mục đích Giác Ngộ thì dùng một trong các phương tiện như:

Chú tâm nhận rõ từng nhịp thở
Tham Thiền (tức là Tham Công Án)
Tham Thoại Đầu (tức là tham câu thoại đầu)

Chúng ta dùng những phương pháp này làm Công Phu Miên Mật cho hàng ngày, ngay cả khi đi, đứng, nằm, ngồi, ăn, nghỉ, làm việc...

Thí dụ:

Chọn Tham Thiền làm Công Phu thì: khi "Tham Thiền" tức là Tham Công Án. *Tham là "Hỏi", Chú Tâm Tuyệt Đối vào câu hỏi ấy* để *tạo một trạng thái không hiểu, không biết*, và vì không hiểu, không biết nên mới có *Nghi Tình*. Tại sao phải có "Nghi Tình"?

Vì:

"Tiểu Nghi Tiểu Ngộ"
"Đại Nghi Đại Ngộ"
"Không Nghi Không Ngộ"

Theo Lai Quả Thiền Sư và Duy Lực Thiền Sư thì:

Khi tham Công Án mà tới được giai đoạn Nghi Tình thành Khối thì bộ óc của chúng ta tạm ngưng hoạt động, sự ngưng hoạt động của bộ óc lâu cỡ nào thì độ Thiền sâu cỡ ấy! Giây phút này là giây phút lìa Ý Thức cũng gọi là Sát Na Kiến Tính Giác Ngộ! Và đây, Trí Tuệ Bát Nhã tự hiển bày cùng khắp Không Gian Thời Gian. Lúc này Hành Giả hoàn toàn tự do tự tại, tự mình làm chủ chính mình thật đúng với nghĩa:

"Mình chuyển được Vật,
chứ không còn bị Vật chuyển mình nữa!"

Khi Giác Ngộ thì tự biết mình là ai, Đại Địa Sơn Hà là chi, Bát Nhã Tâm là gì, thì coi như mục đích Giải Thoát Sinh Tử đã xong. Nhưng Kiến Tính rồi mới Khởi Tu để tiến tới Diệu Giác Đẳng Giác.

Tóm lại "Thiền" không phải là một Tôn Giáo, một Pháp Môn, một Học Thuyết để bàn cãi hay bất cứ cái gì mà người ta gán tên cho nó. Vì chính nó đã tự vượt ra ngoài hết mọi phương tiện giả lập ấy.

Nếu muốn hết Vô Minh để nhận ra Chân Tâm của mình, thì tại ngay đây, qua đời sống thường ngày, trong tất cả mọi lúc như ăn, ngủ, làm việc, nghỉ ngơi ... chúng ta hãy áp dụng và thực hành "Thiền" cho đúng mức. Không để công phu buông lơi giây phút nào hết thì toàn diện Chân Lý Giác Ngộ, Giải Thoát sẽ từ từ thẩm thấu và biểu lộ ở ngay chính Thân Tâm chúng ta.

*

Thiền

Chú Ý Là "Thiền"

Thiền để nhận ra, cái **Vi Diệu Siêu Nhiên**
Thiền để nhận ra, từng hơi thở dịu hiền
Thiền không phân biệt hơi dài hay hơi ngắn
Mà Thiền chỉ thường hằng **Tự Tại Y Nguyên**

Thiền không hòa theo mọi vọng tưởng đảo điên
Thiền không cắt đi những ý niệm làm phiền
Thiền không dõi theo thở sâu, nông hay vô ký
Thiền chỉ lặng lẽ âm thầm nhận biết an nhiên

Tọa Thiền Tham Thiền

Biết chú ý là cứu cánh tận cùng
Nếu không tọa thiền, khó lắm ai ơi
Đừng quên tĩnh tọa, ngày một vài tiếng
Để tâm mình, thôi đừng chạy mông lung

Thiền chuyển thức tâm, chuyển cùng cội rễ
Cho đến cùng cái cội gốc si mê
Thiền, thiền sâu là đã có đường về
Chú ý là đây, tận cùng chú ý

Thiền

Nếu muốn cùng tột, tận cùng chú ý
Hoán chuyển đi hầm "Vô thỉ vô minh"
Tọa, tham đến độ, quên thân tâm mình
Thân tâm này, chính "Tâm Ý Thức"

Dù tham công án, dù tham thoại đầu
Miên mật tham thôi, chẳng chút vọng cầu
Tham đến khi nào, nghi tình thành khối
Đi, đứng, nằm, ngồi giữ chặt một câu

"Tôi là ai?" Hỏi mãi suốt canh thâu
Công án nào, chẳng vi diệu, nhiệm mầu!
Chọn một câu, thật hoài nghi, thật hợp
Tham mãi, miệt mài, đừng kể dài lâu

Công án, Thoại đầu, là kiếm kim cương
Chớ lìa xa, quá tuyệt diệu khôn lường
"MU" là gì? "Ai người đang niệm Phật?"
Vậy thôi mà, hội Ý, Phật mười phương

Thiền

Hỡi những ai đã nhàm chán đau thương
Chọn lối đi, để dứt khỏi đoạn trường
Giản dị thôi, câu Thoại đầu, Công án
Tọa thiền, tham thiền, vượt hết sầu vương

Tham không gián đoạn, nghi tình thành khối
Chân nghi hiện rồi, Diêm Vương bỏ chạy thôi
Thuần một khối nghi, đầu sào trăm thước
Bảo kiếm vung lên, dứt sạch nghiệp luân hồi

Hầm sâu đen tối, đáy thùng tan rã
Thập phương thế giới, đã hiện toàn thân
Vô Tướng thuần nhất, chăng là thuần chân?
Siêu cả sắc không, vượt ngoài phàm thánh

Chẳng chi để nói, chẳng chỗ để về
Chẳng người chứng ngộ, ai người si mê?
Đặt Ť , gọi Phật, tiền nhân dạy thế
Tùy duyên này, tôi thảo nhạc, ca thôi

Bản Lai Diện Mục

I

Bản Lai Diện Mục là một vấn đề vô cùng nan giải, vừa khó khăn vừa phức tạp. Do đó không ai là không dè dặt và phân vân, nhất là những ai nhiệt thành khát khao về Chân Lý muốn trực nhận ra Bản Lai Diện Mục này.

Trên lộ trình giác ngộ đương nhiên là có muôn vàn phương tiện, nhưng làm sao để tránh những phương tiện quá nhiều phức tạp, quá ư mơ hồ, tốn nhiều thời gian và phải đi lòng vòng hằng hà sa số kiếp!

Hỏi ai mà thích đi lòng vòng? Ai lại không thích hiểu rõ ràng tường tận? Tuy nhiên cũng còn tùy căn cơ nghiệp chướng để khiến cho:

Những hành giả đã đầy đủ duyên lành thì khi gặp được phương tiện rốt ráo là họ nhận ra ngay, nỗ lực thực hành ngay trong sự kính trọng và biết ơn.

Còn những hành giả chưa đủ duyên lành thì khi gặp phương tiện rốt ráo, ngắn gọn, chính xác thì họ lại chê bai đủ điều nào là quá cao, nào là phải đi từ thấp rồi mới tới cao, nào là phải thật khó khăn chứ có đâu lại giản dị như vậy!

Chung qui, vì thiện nghiệp chưa đủ nên đường ngay, đường thẳng không chịu đi mà họ lại cứ thích đi vào nhiều đường hẻm, nhiều ngõ cụt!

Đúng như thế, hầu hết chúng ta đều vô minh nên nhân quả phải tương ứng với sự vô minh ấy! Do đó chẳng may khi chúng ta gặp phải những sách vở, phương tiện, cũng như người hướng dẫn mơ hồ không rõ ràng, không rốt ráo là cái nhân mơ hồ thì cái quả cũng mơ hồ là lẽ dĩ nhiên.

Chỉ vì chúng ta đi vào những con đường phức tạp quá mức, thay vì đi xuôi thì lại đi ngược, nên mới mất thời gian và uổng phí công sức!

Phương tiện để tìm Đạo, tạm ví như một cây cổ thụ mà chúng ta phải làm sao thông suốt được cái cây đó từ gốc đến ngọn, từ ngọn đến rễ. Thay vì đi ngay vào gốc rễ là sẽ hiểu rõ thân cây và mọi ngọn ngành của nó, thì chúng ta lại đi ngược là đi từ ngọn vào gốc. Do đó mà phải trải qua nhiều hiểm trở, gian nan, vì phải qua biết bao nhiêu cành dài ngắn gai góc, qua biết bao nhiêu lá cây to nhỏ, qua biết bao nhiêu nụ hoa và quả, như vậy thì không biết đến bao giờ mới vào tới gốc rễ của nó!

Cứ đi từ mỗi mỗi vi tế như thế, cho đến những phần thô của cây ấy thì có khác gì mỗi mỗi kiếp mà hành giả phải trải qua, để đạt được mục đích là tìm ra cội nguồn của chính mình. Thật là tội nghiệp! Chỉ vì phương tiện không rõ ràng, không khúc chiết nên bị lòng vòng, khiến hành giả bị chìm nổi một cách oan uổng.

Để tránh những phiền não đau thương ấy, thì tại sao chúng ta lại không dùng phương tiện đi ngay vào cội gốc là chính xác nhất, vì nếu đã tại gốc, thì tự động chúng ta sẽ thấu hiểu rốt ráo toàn bộ của cây đại thụ.

Phương tiện để đi ngay vào gốc rễ của chúng ta. Tại đây xin nói một cách tổng quát, phần chi tiết sẽ được hướng dẫn ở những trang cuối.

Bước đầu tiên, là dùng phương tiện đếm hơi thở, tham công án, tham thoại đầu làm công phu, nhưng đem áp dụng ngay với *"Cái Đang Hiện Hữu, Lặng Lẽ Vô Tư Nhận Ra"* sẵn có của chúng ta. Cái đó chính là nơi gốc rễ để mà thực hành công phu cho mục đích nhận ra được Bản Nguyên của *"Cái Đang Lặng Lẽ, Âm Thầm Vô Tư Nhận Ra"* ấy.

Vậy *"Cái Đang Lặng Lẽ Nhận Ra"* là gì?

Là cái đang âm thầm hiểu nhậy bén tường tận, rốt ráo và chính xác mà không qua bộ óc! Cái ấy nó bất biến, thường hằng hiện hữu. *"Cái Đang Nhận Ra"* này, hiện có trong muôn loài vũ trụ vạn vật.

Chúng ta hãy dùng *"Cái Đang Lặng Lẽ Nhận Ra"* ấy làm nơi căn bản để công phu: công phu là chăm chú Thiền, tức *hướng vào nội tâm sâu thăm thẳm*, tận cùng bên trong để nhận ra cội gốc là cái thể tính thanh tịnh Bồ Đề vô thủy, chính là cái *Diệu Tính Tự Tính* duyên hiện ra tất cả mọi sự vật ở thế gian này.

Xin đừng vội và nông cạn mà nhận lầm cái cội gốc sinh diệt vô thủy, tức cái Tâm Thức Nhị Biên làm Tự Tính của mình. Cái Vọng Tâm Thức Nhị Biên phân biệt này do sáu căn tiếp xúc với sáu trần mà có; suốt ngày nó nghĩ liên miên thiện ác, yêu ghét… Nếu là cái Tâm này thì khi chúng ta biết tức là Vọng Tâm, Vọng Giác biết. Và khi không biết là chúng ta lọt ngay vào Vô Ký Không, tức cái Vô Thủy Vô Minh. Vì Vọng Tâm Thức này do Tiền Trần mà có, cho nên khi Tiền Trần thay đổi hoặc diệt mất thì Tâm Thức ấy cũng thay đổi và diệt theo.

Còn *"Cái Đang Nhận Ra"* là cái tự tĩnh lặng, tự thanh tịnh, tự tịch diệt (*tự không một chút vật chất nào*), tự thường hằng có mặt trong từng sát na. Và vì quá thanh tịnh như thế nên nó mới *chiếu sáng*; cái chiếu sáng này chính là cái dụng của *"Cái Đang Lặng Lẽ, Âm Thầm Vô Tư Nhận Ra"*, cũng là cái *trí tuệ vừa Định lại vừa Tuệ*.

Mà nó đang nhận ra cái gì?

Bản tính của nó là lúc nào cũng âm thầm nhận ra mọi đối tượng của nội Tâm và ngoại Tâm một cách thật sắc bén và chính xác! Nhất là về nội Tâm, thì ngay cả một ý niệm rất mơ hồ, thoáng qua thôi cũng không thoát khỏi sự nhận ra của nó!

Chúng ta có thể tạm ví *"Cái Đang Lặng Lẽ, Âm Thầm Vô Tư Nhận Ra"* như một tấm gương luôn thanh tịnh, sáng ngời, không tì vết, và diệu dụng chiếu tỏa của nó thật là tuyệt diệu! Không có một sự vật nào lọt qua được sự phản chiếu của nó. Nhưng lạ thay, nó lại không dung giữ bất kỳ một sự vật nào, và cũng không một thành kiến phán xét. Nghĩa là nó vẫn nhận rõ không thiếu một chi tiết dù nhỏ tới đâu, nhưng lại vẫn vô tư, bình đẳng, cũng chẳng danh từ, lời nói gì hết. Chẳng khác gì Kim Cương Bát Nhã trong kinh dạy rằng:

"Tâm vẫn thường phân biệt mà thường giải thoát"

hay là câu:

"Ưng vô sở trụ nhi sinh kỳ Tâm"

Nhưng với chúng ta thì cần đi thật sâu để hiểu rõ về *"Cái Đang Nhận Ra"* ấy, nó phản ảnh ra sao? Và đang nhận ra cái gì về những cái Thường Hằng và Vô Thường?

Đại khái, trước hết nhận ra cái Vô Thường: thì thực tế nhất và dễ hiểu nhất để nhận ra sự Vô Thường đó, chính là Thân Tâm của chúng ta.

Tâm:

Thức Tâm vô thường lúc nhớ, lúc quên; lúc biết, lúc không biết; lúc nhận được, lúc không nhận được; lúc ngủ, lúc thức và tất cả mọi tư tưởng, mọi ý nghĩ đều vô thường…

Thân:

Thân Ngũ Uẩn vô thường:
Lục phủ, ngũ tạng vô thường
Hơi thở vào ra vô thường
Sự phồng lên, xẹp xuống nơi bụng do hơi thở vào ra
vô thường
Tiếng nói nhỏ to vô thường
Toàn thân với mọi hoạt động vô thường
Cả vũ trụ vạn vật đều vô thường

Nay nói về cái Thường Hằng là cái rỗng lặng, thanh tịnh tuyệt đối, là *cái Đang Hiện Hữu Nhận Ra*, cũng chính là cái bản thể vắng lặng vô tướng, vô trụ, vốn thường hằng bất biến, sáng ngời chiếu tỏa, ví tựa tấm gương soi vừa trong sáng, vừa không dính mắc, cũng không tranh luận cãi lý bao giờ, thì sau đây là một vài giả dụ để chúng ta hiểu rõ hơn về cái thường hằng, cùng là mục đích tác giả muốn diễn giải và nhấn mạnh vào cái Thường Hằng trước, rồi mới đến cái Vô Thường sau. Cũng như sự hướng dẫn thực hành công phu, là đi ngay từ cội gốc rồi mới ra ngọn ngành của nó. Ta có thể hiểu và nhận rõ về ý nghĩa ấy, ngay tại Thân Tâm chúng ta như sau đây.

Về Thường Hằng:

Phần *Tâm* là *"Cái Đang Âm Thầm, Vô Tư Nhận Ra"* thường hằng bất biến, tức cái bản nhiên vô hình rỗng lặng, nhưng tuyệt đối sắc bén! Nó không hề bao giờ biết già, cũng không hề bao giờ biết suy yếu, nên nó không bao giờ bị hoại diệt! Mà tuyệt vời thay, nó lại không hề rời cái Thân Thể của chúng ta, do đó mất Thân này là tự động có ngay Thân khác! Nhưng đó chỉ là nghĩa hẹp, còn nghĩa rộng thì cái Pháp Thân của chúng ta là cả vũ trụ vạn vật.

Xin nhấn mạnh, *cái Tâm vừa kể không phải là cái Tâm Thức Nhị Biên lúc ngủ, lúc thức, lúc nhớ lúc quên, lúc biết lúc không biết!*

Về Vô Thường:

Phần *Thân* là Vô Thường nên nó luôn luôn thay đổi trong từng sát na, do đó mà:

- Thân thể của chúng ta đang trẻ trung, thì theo năm tháng mà từ từ cằn cỗi.
- Sức lực và lục phủ ngũ tạng của chúng ta đang sung mãn, thì theo năm tháng mà từ từ bị suy yếu.

Tới đây, chúng ta đã tạm hiểu tổng quát về nhiệm vụ của *"Cái Đang Hiện Hữu, Lặng Lẽ Nhận Ra"*. Nay đi vào chi tiết hơn, xem *"Cái Đang Nhận Ra"* nó liên hệ ra sao với những đối tượng của nó là vũ trụ vạn vật?

Xin thưa, là khi chúng ta hướng nội tức chú tâm, tập trung được vào *"Cái Đang Hiện Hữu, Âm Thầm Nhận Ra"* bên trong, thì đương nhiên nhận ra rằng *"Cái Đang Nhận Ra"* và những *"Cái Đang Bị Nhận Ra"*, tức những đối tượng *"Đang Bị Nhận Ra"* ấy không thể tách rời nhau. Khi đã không thể rời nhau thì chúng phải là đồng nhất, tức đồng một Tính. Vậy có phải là những cái Vô Thường nằm trọn vẹn trong cái Thường không? Chân Tính này còn được gọi là Tính Thấy. Theo Lăng Nghiêm Kinh thì Tính Thấy ôm trọn cả vũ trụ vạn vật! Tại sao vậy?

Đức Phật dạy: *Không có cái gì, tức là Tính Thấy. Mà cũng không có cái gì ra ngoài được Tính Thấy ấy, vì muôn sự muôn vật nếu có vật nào ra ngoài được Tính Thấy, thì hóa ra là không thấy!* Tính Thấy không phải là một vật, nó tuyệt đối rỗng lặng, không một tỳ vết, không một mảnh mún. Dù muôn sự muôn vật hiện hay biến cũng đều không ảnh hưởng gì tới Tính Thấy. Vì Tính Thấy thì lúc nào nó cũng vẫn đấy!

Với con mắt của những ai đã giác ngộ thì cũng nhận ra rằng:

Bản thể, bản tính của *"Cái ĐangLặng Lẽ, Vô Tư Nhận Ra"* tự rỗng lặng, tự tịnh, tự định nên tự phải chiếu tỏa. Nghĩa là *"Cái Đang Nhận Ra"* và những *"Cái Đang Bị Nhận Ra"* duyên nhau, liên hệ mật thiết với nhau, tự phản quang, tự chiếu lẫn nhau (*tính chiếu sáng phản chiếu những cái đang bị nhận ra*); cứ như thế mà trùng trùng duyên khởi, tự phản chiếu nhau mà hóa hiện *muôn cảnh, muôn vật xuất thế gian* đang hiện hữu (*tất cả mọi sự vật chính là Pháp Giới Tính vì chúng đồng đều là một Tính, như như bình đẳng không sai khác, do vậy mới gọi là Chân Như*). Cái tính trùng trùng duyên khởi này là Pháp Giới Tính, là cái *tính duyên khởi xuất thế gian*.

Còn với con mắt phàm phu của chúng ta thì, vẫn một cảnh giới xuất thế gian ấy, nhưng không nguyên do gì cả mà chúng ta tự phát minh ra cái Giác, rồi từ cái Giác lại phát minh thêm một Niệm Bất Giác, còn gọi là Nhất Niệm Vô Minh (*cũng chính là cái niệm phân biệt!*), do đó:

Tất cả cũng vẫn tự chính chúng ta mê muội, tự chúng ta phát minh ra cái Thấy có năng có sở, là *cái Thấy giới hạn của nhục nhãn*, còn gọi là cái Thấy phàm phu, tức cái Vọng Kiến Nhị Biên. Vọng Kiến Nhị Biên ấy luôn luôn có sự phân biệt, chấp thật, chấp giả chính những đối tượng của nó, là những cái đang bị nó nhận ra! Những cái đang bị nhận ra này chính là Trần Cảnh (*tức cõi Sa Bà đang hiện hữu*).

Cái nông nỗi phiền não trầm trọng bất khả kháng đó, là bởi cái duyên khởi của Vọng Tưởng Tâm Thức đã lỡ đem cái Minh chuyển thành cái Giác (*tức lật ngược Tính Giác thành Bất Giác*), tự đem cái Minh chia ra thành sáu cái giác quan là Kiến, Văn, Giác, Tri, tức Tri Kiến phàm phu! Cho nên với những ai chưa giác ngộ thì đều có cảm tưởng Trần Cảnh hiện hữu trước mắt, là cõi Sa Bà ô nhiễm. Thật ra cái khái niệm ấy chỉ là khái niệm mê mờ! Chứ muôn sự, muôn vật thì lúc nào chúng cũng vẫn cứ *Như Thị* (y như vậy) chẳng có gì thay đổi cả!

Nói một cách khác, do chính tự chúng ta mê muội, tự chúng ta phát minh đem một cái Tâm mà chia thành Sáu Căn (*nhãn, nhĩ, tỉ...*). Sáu Căn này luôn luôn bị tiếp xúc với Sáu Trần (là *sắc, thanh, hương...*) nên sinh ra cảm giác mà tạo dựng Tâm yêu ghét, bắt buông! Cũng vì Tâm luôn bắt buông như vậy, nên mới có sinh có diệt! Tất cả đều là do chúng ta lúc nào cũng nương theo Tiền Cảnh nên mới có *Sinh*; và khi tiền cảnh, tức sự vật biến đổi hay biến diệt thì Thân Tâm chúng ta cũng biến diệt theo, do đó mà có *Tử*. Bởi tự Tâm phân biệt, tự tâm phân tích, rồi tự chúng ta chấp có thật mọi Tiền Cảnh, nên mới có Vô Thường. Khi đã nhận ra Vô Thường thì lại chấp Vô Thường ấy là huyễn, là giả, là không có cái gì cả, nên lại buông bỏ nó đi (đã sai lầm lại thêm sai lầm nữa). Cái đại sai lầm của chúng ta là buông bỏ hẳn Thân Tâm lẫn cõi Sa Bà hiện hữu này đi, mà chỉ chấp nhận cái vô tướng mới là cõi Niết Bàn thường hằng. Do vậy mà bị lọt vào Vô Ký Không, là cái đoạn diệt của địa ngục!

Đúng như Lục Tổ dạy:

"Tự Tâm mê tức chúng sinh,
Tự Tâm ngộ tức Phật"

"Niệm trước mê là chúng sinh,
Niệm sau Ngộ là Phật"

Chúng sinh vì quá vô minh, đã nhận lầm cái Tâm phân biệt các sự sự, vật vật là Tâm mình, mà quên đi *"Cái Đang Hiện Hữu, Vô Tư, Lặng Lẽ Nhận Ra"* thường hằng! Cái Đang âm thầm Nhận Ra này chính là cái Tâm Diệu Tính Bản Nhiên, chính nó *duyên khởi ra muôn sự muôn vật xuất thế gian*! Cái đó mới thật là Tâm mình.

Bởi thế cho nên, chúng ta chỉ làm sao để trực nhận ra được *"Cái Đang Hiện Hữu Thường Hằng Nhận Ra"* của chính mình, tức cái bản nhiên vô thủy (*không thời gian, quá khứ, hiện tại, vị lai*) luôn thường hằng hiện hữu, thì mọi mê mờ phức tạp của Luân Hồi trôi lăn sẽ ngừng ngay!

Tới đây, với Thiền Giáo Môn thì Hành Giả đã đạt được ngôi vị Kim Cương Địa; nhưng với Tổ Sư Thiền (*Giáo ngoại biệt truyền, Niêm hoa thị chúng của đức Phật*) thì còn phải tiến nữa vì:

Giai đoạn đầu:
Khi chưa Ngộ thì: "Núi là Núi, Sông là Sông"
   (*sự chấp thật của Tâm Thức Nhị Biên*)

Hai giai đoạn sau:
- Khi đã Ngộ thì:
   "Núi chẳng phải Núi, Sông chẳng phải Sông"
- Sau khi Ngộ thì:
   "Núi vẫn là Núi, Sông vẫn là Sông"

(*Hai giai đoạn này vô cùng nguy hiểm, vì sau khi Ngộ lại đi chấp là có thật cảnh giới siêu việt!*)

Do lẽ đó mới phải tiến thêm nữa để vượt hẳn ra ngoài những dư âm của Vọng Tâm phân biệt chấp Có, chấp Không. Cũng như dư âm của Ngũ Uẩn: Sắc, Thọ, Tưởng, Hành, Thức. Nếu còn chút vương vấn nào của những thứ ấy, thì kết quả cứ tưởng là mình đã tới đâu rồi? Nhưng hóa ra là vẫn đi lòng vòng và vẫn cứ dậm chân một chỗ! Đó là đối với những hành giả đã khá thâm sâu về phật pháp mà còn như vậy, huống gì chúng ta là những người còn vô minh đặc, bị bao trùm toàn thân tâm bằng cái *"Vọng Tâm Thức"*! Cho nên với mọi Lý Thuyết dù chúng ta có hiểu tới đâu đi nữa thì cũng vẫn chỉ là Lý Thuyết! Do lẽ đó người đã ngộ mà chưa rốt ráo hay người chưa ngộ như chúng ta đều cần "phương tiện" để làm công phu mà quét cho sạch hết cái *"Vọng Tâm Thức"* ấy thì mới là chân ngộ, cũng là chân giải thoát phiền não luân hồi.

Phần giải thích chi tiết khi dùng những phương tiện sau đây làm công phu:

Đếm hơi thở	Tham Thoại Đầu
Chú tâm nhận rõ từng nhịp thở	Niệm Phật
Tham Công Án	Trì Chú

Tại sao lại phải đem một trong những công phu ấy mà áp dụng ngay với *"Cái Đang Nhận Ra"* hiện hữu thường hằng của chúng ta? Chỉ vì chữa bệnh là phải chữa tận gốc, mà chúng ta thì đang tìm cách giải quyết Cái Tâm Thức Nhị Biên. Trong trường hợp này thì Ý Căn là cội nguồn của Ý Thức, mà cũng là cội nguồn của tất cả Ngũ Thức kia, tức của tất cả các Căn Đại. *Căn Đại là Tính Sáng Suốt của Tâm chúng ta.* Tính ấy là Pháp Giới Tính, còn gọi là Tính Giác hay Bản Giác. Bởi vì Bản Giác duyên khởi ra Pháp Giới, Pháp Giới duyên khởi ra Bản Giác, nên chính nó hiện thành các Căn Đại. Bản Lai Tính ấy thanh tịnh, vắng lặng nhiệm mầu, sáng suốt là Pháp Giới Tính đang hiện hữu cùng khắp mười phương, khắp Tam Thiên Đại Thiên Thế Giới.

Chỉ vì Vọng Tưởng vô minh chúng ta tự đem Tính ấy chia ra thành Sáu Căn, tức một Tính mà chia thành sáu, khiến các Căn bị ngăn ngại, cách bức lẫn nhau, do đó mỗi Căn có một đặc tính giới hạn riêng như: Nhãn Căn thì thấy, Nhĩ Căn thì nghe, Ý Căn thì hiểu biết… đều rất là giới hạn!

Vì hiểu thế, nên chúng ta mới dùng ngay cái nguồn cội của các Thức, tức dùng tất cả đặc tính của các Căn, là những cái thấy, cái nghe, cái hay, cái biết đó, *chúng chỉ là một Tính*, và Tính ấy, chính là *Tính Giác!* (một là sáu, sáu vẫn là một), cho nên chúng ta mới dùng cái cội gốc của Ý Thức, là tượng trưng cho cội gốc tất cả các Thức của sáu Căn kia là thế. (*Cội gốc của Ý Thức tức là Thức Số Bảy, Mạt Na Thức*), cũng chính là Thức chấp ngã của chúng ta! Khi trực nhận ra chính Cái Bản Thể Nguyên Thủy của nó hiện nguyên hình, thì lại cũng chính nó sẽ đưa chúng ta về con đường Trung Đạo: bất sinh, bất diệt, bất cấu, bất tịnh...

Xin đặc biệt nhấn mạnh lại về đặc tính của Căn Đại: Các Căn Đại đều tĩnh lặng, đứng lặng, vì không phân biệt nên không giao động, và chỉ có giác quan mà thôi cho nên khi:

Thấy các mầu sắc thì không phân biệt là sắc xanh
khác với sắc đỏ
Thấy hình dáng của các vật, thì không phân biệt hình
tròn khác với hình vuông
(Căn Đại chỉ trông thấy muôn vật như bóng trong gương)
Và khi nghe thì cũng thế, chỉ nghe nhưng không phân
biệt là tiếng chim kêu hay tiếng chó sủa...
Với các Căn khác thì cũng y như vậy...

Bản tính của các Căn như vừa kể là vì nó rỗng lặng, thanh tịnh, không nương vào đâu mà có. Nên nó chính là tính chiếu sáng của Bản Giác, và vì là Bản Giác nên không phân biệt, không thành kiến, không tranh cãi và rất bình đẳng, tức Tính Trung Đạo.

Nguyên do chính, khiến chúng ta dùng Thức Số Bảy (*Mạt Na Thức*) làm nơi căn bản để công phu vì Thức Số Bảy đóng một vai trò rất quan trọng, là nó vừa liên hệ chặt chẽ với Thức Số Sáu (*Tâm Thức Phân Biệt*), và nhờ Thức Số Sáu này mà liên hệ luôn được với Tiền Ngũ Thức bên ngoài; cũng chính nó lại vừa là Truyền Tống Thức, cũng là kẻ coi kho của Thức Số Tám (*A Lại Gia Thức*) bên trong, có nghĩa nó ở ngôi vị trung tâm của các Thức! Bởi nó quá gần gũi và trực tiếp với tất cả các Thức như thế, nên nó dễ tấn công để mà thành công với tất cả các Thức đó. Và khi đã thành công với mọi Thức trong lẫn ngoài như vậy, thì kết quả tạm gọi là viên mãn toàn bộ.

Tại sao lại gọi là ngoài, và tại sao lại gọi là trong?

Xin thưa:

Bên ngoài là *Thức Số Bảy* (Mạt Na Thức) *trực tiếp làm việc với Thức Số Sáu, qua Tiền Ngũ Thức bên ngoài*. Ngũ Căn tiếp xúc với Ngũ Trần sinh ra Tiền Ngũ Thức đều phải qua Thức Số Sáu phân biệt để có cảm giác như đẹp xấu sướng khổ… Rồi Thức Số Sáu đem cảm giác (tức kết quả của tùy từng căn) đưa cho Thức Số Bảy thụ hưởng. Thức Số Sáu làm nhiệm vụ môi giới quân sư cho cho Thức Số Bảy (*cũng là bản ngã của chúng ta*).

Bên trong là Mạt Na Thức, tức Thức Số Bảy lại đem kết quả của Thức Số Sáu và Tiền Ngũ Thức truyền vào bên trong Kho Tạng Thức, tức là Thức Số Tám. Thức Số Bảy thường xuyên trực tiếp truyền vào, truyền ra mọi sự thấy, nghe, hay, biết của thiện ác, đẹp xấu, đúng sai, thật giả (qua Thức Số Sáu)… nghĩa là muôn điều, muôn sự tốt xấu mà chúng ta đã tạo nên, đã học hỏi được từ bao đời, bao kiếp đều bị Thức Số Sáu đưa cho Thức Số Bảy đem chất chứa vào trong Tạng Thức (Số Tám).

Cũng vì nhiệm vụ của Thức Số Bảy là phải truyền ra truyền vào như vậy nên nó mới có tên là Truyền Tống Thức, cũng là kẻ coi kho.

Thí dụ: Hiện tại khi chúng ta cần cách giải của một bài toán từ thời còn đi học, thì Thức Số Bảy liên hệ ngay với Thức Số Tám để lấy thông tin từ kho Tạng Thức. Xong rồi đưa cho Thức Số Sáu đánh giá lời giải đúng hay sai. Khi có được kết quả chính xác thì Thức Số Sáu trao lại cho Thức Số Bảy thi hành. Thức Số Bảy sai khiến Căn Thân viết ra hoặc đánh máy ra lời giải của bài toán này.

Cũng bởi Thức Số Bảy cận kề trong ngoài như vừa kể trên, lại tĩnh lặng trong sáng như một tấm gương, luôn phản chiếu muôn sự, muôn vật mà không lưu giữ bất cứ một vật nào nên nó là Bình Đẳng Tính, do lẽ đó mà không một thành kiến, cũng không một phân biệt! Nó chính là *"Cái Đang Nhận Ra"* hiện hữu thường hằng, vì vậy chúng ta mới dùng ngay nó làm *nơi căn bản, nơi cội gốc* để hạ thủ công phu.

Tóm lại, các Thức liên hệ làm việc thật chặt chẽ với nhau ngày cũng như đêm trong từng sát na... Không những chúng đã rất sắc bén, lại còn nhanh hơn cả điện, nhanh hơn cả chớp nữa!

Xin nhắc lại rõ hơn về cách làm việc của chúng như sau:

- Thức Số Sáu phân biệt và phân tích mọi đối tượng, rồi quân sư cho Thức Số Bảy

- Thức Số Bảy hưởng kết quả của Thức Số Sáu, rồi đem cất những ý tưởng của kết quả ấy vào Tạng Thức (*Thức Số Tám*). Khi cái gì liên hệ đến mọi hiện tượng là những đối tượng của nó, hoặc muốn những điều cần biết thì Thức Số Bảy suy nghĩ, ôn lại những cái đã học thuở trước từ Thức Số Tám cung cấp cho. Nếu không cần đưa ra thì là sự suy nghĩ, suy tư... Còn nếu cần đưa ra để thể hiện mọi động tác sinh hoạt, thì sau khi đã có sự cung cấp những điều cần biết từ Tạng Thức để mà hành động thì nó đưa cho Thức Số Sáu duyệt lại xem đúng hay sai, rồi Thức Số Sáu trao trả lại cho Thức Số Bảy thi hành. Lúc ấy, Thức Số Bảy mới sai khiến các Căn Thân để mà có những hành động tương xứng đối với những đối tượng của nó, thí dụ:

    Cần thuyết trình, giảng giải
    Cần hát, cần múa, cần trả bài
    Cần vẽ, cần viết...
    Cần nói năng dịu dàng hay nói năng xấc xược
    Cần cử chỉ trìu mến hay cử chỉ hung dữ...

Tuy nhiên, cũng có nhiều hành động, có nhiều động tác Thức số Bảy không cần Thức số Sáu duyệt qua, mà nó truyền lệnh thẳng cho các Căn thi hành ngay lập tức, chẳng hạn như những trường hợp khẩn cấp mà các Căn Thân cần phải tránh né ngay bởi những nguy hiểm, như lửa chạm vào thân, bụi bay vào mắt hoặc bất chợt bị ai đánh, cũng như có những cái cần vội vã, hay những cái cần chậm chạp, nghĩa là tùy cơ mà nó ứng biến.

Nội dung và đại ý của bài viết này là muốn nhấn mạnh về cái Thức số Bảy (*Mạt Na Thức*) với vai trò của nó mà thôi, vì chúng ta đang dùng nó làm cội gốc để hạ thủ công phu.

Còn nếu muốn hiểu thêm nữa về Ý Căn, thì xin coi lại phần Ý Căn trong sách "Như Lai Tạng", cùng một Tác Giả, đã được Thiền Viện Sùng Nghiêm phát hành.

*

Bản Lai Diện Mục

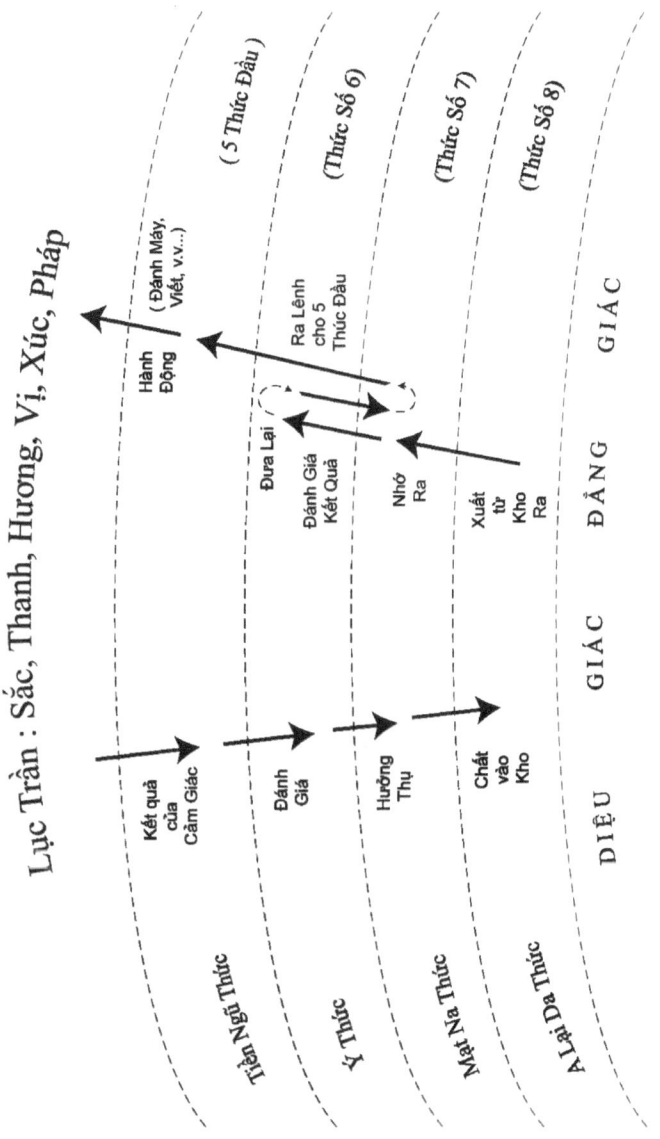

Hình Số 1: Sự thẩm thấu qua lại giữa các Thức

Phương Tiện Công Phu
(Tại nơi căn bản với: Trì Chú, Thiền, Niệm Phật)

*Cái đang nhận ra, từng câu **Trì Chú** thiêng liêng*
*Cái đang nhận ra, câu **Niệm Phật** diệu huyền*
*Cái đang nhận ra, **Công Phu** vẹn toàn hay chia trí*
*Cái đang nhận ra, **Ai** hiện hữu an nhiên?*

*Cái đang nhận ra, câu **Công Án** triền miên*
*Cái đang nhận ra, mọi **Vọng Tưởng** làm phiền*
Cái đang nhận ra, sao nhiệm mầu sắc bén?
Cái đang nhận ra, ôi tuyệt diệu siêu nhiên!

Cái đang nhận ra, chưa hề liên đới nhị biên
Cái đang nhận ra, âm thầm hiểu thấu mọi điều
Cái đang nhận ra, mặc ai tranh đua, gán ghép
Cái đang nhận ra, cứ tịch tĩnh y nguyên!

Sau đây là **Phương Cách Thực Hành Công Phu** tại nơi căn bản ấy:

Hãy chọn một trong những phương tiện dưới đây làm công phu tại nơi căn bản là Thức Số Bảy. Xin hướng vào nội tâm, chăm chú tận lực vào *"Cái Đang Hiện Hữu, Lặng Lẽ Vô Tư Nhận Ra"* tức Ý Căn là Thức Số Bảy (Mạt Na Thức) như thí dụ sau đây:

$$\begin{cases} \textit{"Cái Đang Lặng Lẽ Vô Tư Nhận Ra"} \text{ hơi thở vào} \\ \textit{"Cái Đang Lặng Lẽ Vô Tư Nhận Ra"} \text{ hơi thở ra} \end{cases}$$

$$\begin{cases} \textit{"Cái Đang Lặng Lẽ Vô Tư Nhận Ra"} \text{ hơi thở vào (đếm một)} \\ \textit{"Cái Đang Lặng Lẽ Vô Tư Nhận Ra"} \text{ hơi thở ra (đếm hai)} \end{cases}$$

$$\begin{cases} \textit{"Cái Đang Lặng Lẽ Vô Tư Nhận Ra"} \text{ bụng phồng lên} \\ \textit{"Cái Đang Lặng Lẽ Vô Tư Nhận Ra"} \text{ bụng xẹp xuống} \end{cases}$$

$$\begin{cases} \textit{"Cái Đang Lặng Lẽ Vô Tư Nhận Ra"} \text{ tiếng Tham Công Án} \\ \textit{"Cái Đang Lặng Lẽ Vô Tư Nhận Ra"} \text{ tiếng Tham Thoại Đầu} \end{cases}$$

$$\begin{cases} \textit{"Cái Đang Lặng Lẽ Vô Tư Nhận Ra"} \text{ tiếng Niệm Phật} \\ \textit{"Cái Đang Lặng Lẽ Vô Tư Nhận Ra"} \text{ tiếng Trì Chú} \end{cases}$$

Giản dị chỉ có thế, cứ lặng lẽ mà nhận ra, không cần nói ra miệng cũng đừng thêm một chữ nào, đừng bớt một chữ nào, và cũng đừng tưởng tượng để vẽ rồng vẽ phượng gì cho nó cả!

Tất cả chỉ là *"Cái Đang Hiện Hữu, Lặng Lẽ Vô Tư Nhận Ra"* hơi thở vào, hơi thở ra mà thôi, chứ không phải là *"theo dõi hơi thở"* rồi đem phân tích hơi thở ấy là nông hay sâu, là dài hay ngắn! Y như thế, với sự phồng lên, xẹp xuống của cái bụng, nhưng không phải là theo dõi, rồi phân tích sự phồng lên cao, hay xẹp xuống thấp của cái bụng!

Cũng lại y như vậy với *"Cái Đang Hiện Hữu, Lặng Lẽ Vô Tư Nhận Ra"* tiếng Tham Công Án, tiếng Tham Thoại Đầu, tiếng Niệm Phật, tiếng Trì Chú… Dù là Tham hay không Tham, dù là Niệm hay không Niệm, dù là Trì hay không Trì, thì lúc nào *"Cái Đang Nhận Ra"* Nó cũng đều nhận ra cả! Nhưng không phải là *Nó* theo dõi cái tiếng Tham, tiếng Niệm, tiếng Trì đó… rồi đem phân tích những tiếng ấy là hay hoặc là dở!

Còn nếu chúng ta cứ theo dõi những hơi thở, theo dõi những tiếng Tham, theo dõi những tiếng Niệm và theo dõi những tiếng Trì, rồi lại đem phân tích chúng, thì tức là chúng ta theo dõi sự Vô Thường và phân tích Cái Vô Thường! Cho nên dễ bị Vô Thường ảnh hưởng. Và khi Vô Thường không còn, thì chúng ta cũng hết! Cái ấy gọi là Vô Ký Không của đoạn diệt!

Khi công phu, chúng ta thực tập ở *Đan Điền* (là trong khoảng cách dưới rốn chừng 3 hoặc 4 inches) thì rất tốt, vì sự chú tâm luôn bận bịu ở nơi Đan Điền, nên đầu óc sẽ không còn suy nghĩ lung tung thì ngay đó chúng ta thấy thật sự an lạc:

Đầu óc không còn căng thẳng
Không còn thấy cô đơn
Không còn thấy chán đời
Không còn bị nóng nẩy hay giận dữ nữa…

Do đó mà thể hiện được sự trẻ trung, khỏe mạnh và kéo dài tuổi thọ.

Nếu chúng ta cứ cô đọng sự chú tâm vào *"Cái Đang Nhận Ra"* mà thực hành công phu đến độ thật miên mật, thì Tâm Ý Thức sẽ tạm ngưng hoạt động. Đầu óc hết còn suy nghĩ, độ Thiền càng lúc càng sâu, và sự chiếu sáng của *"Cái Đang Nhận Ra"* càng lúc càng tỏ. Tức *"Cái Đang Nhận ra"* không còn bị lúc hiện, lúc biến như lúc chúng ta mới thực tập! Được như vậy là nhờ có công phu miên mật, ví tựa như cái chổi quét đi màn vô minh của Thức Số Bảy; và cứ quét mãi đến một lúc nào đó, màn vô minh mỏng dần, và mỏng tới độ chúng ta trực nhận được *"Cái Đang Hiện Hữu Nhận Ra"* vốn sẵn đó, vẫn thường hằng hiện hữu, tức *Tự Tính Như Lai* ngày một rõ ràng hơn, và ánh sáng phản chiếu của nó chiếu rọi chính nó, làm cho cái màn vô minh sâu dầy bao quanh nó, đã từng huân tập nó có những chủng tử chấp ngã thật là mãnh liệt từ bao đời bao kiếp đến nay! Thì giờ đây nhờ công phu miên mật đã thành công, nên được nguồn sáng của hào quang Như Lai chói lòa chiếu rọi làm bản ngã của Thức Số Bảy tiêu tan! Cái suối nguồn đại quang minh ấy chiếu soi cả trong lẫn ngoài:

Bên ngoài:
Chiếu sáng Tiền Ngũ Thức, hết vướng mắc Sáu Trần, làm thanh tịnh cả Sáu Căn, không còn ngăn ngại, cách bức lẫn nhau tức là phá hết lục dục Chư Thiên.

Bên trong:
Chiếu sáng Thức Số Sáu, hết còn vọng tưởng vô minh
              phân biệt
Chiếu sáng Thức Số Tám, ngay lập tức trừ được Tam Độc (Tham Sân Si) và mọi chủng tử thiện ác, thấy, nghe, hay, biết của bao đời đều tan rã!

Gươm Trí Tuệ Bát Nhã chiếu soi trong, ngoài đồng sáng tỏ! Từ Tiền Ngũ Thức (*năm Thức đầu*) đến Thức Phân Biệt (*Thức Số Sáu*) cho đến Mạt Na Thức (*Thức Số Bảy*) và đến tận cùng Thức Số Tám! Mọi Thức đều tự động thông suốt nhau, vô ngại, cùng hòa nhập với Thức Số Tám (*Bạch Tịnh Thức, còn gọi là A Ma La Thức*), giờ đây chúng *Toàn Là Trí*. Xin tạm dẫn giải qua họa hình sau đây để dễ hiểu hơn, chứ thật ra mọi biện luận, mọi danh từ, tên tuổi gán ghép chỉ là phương tiện, chỉ là giả danh.

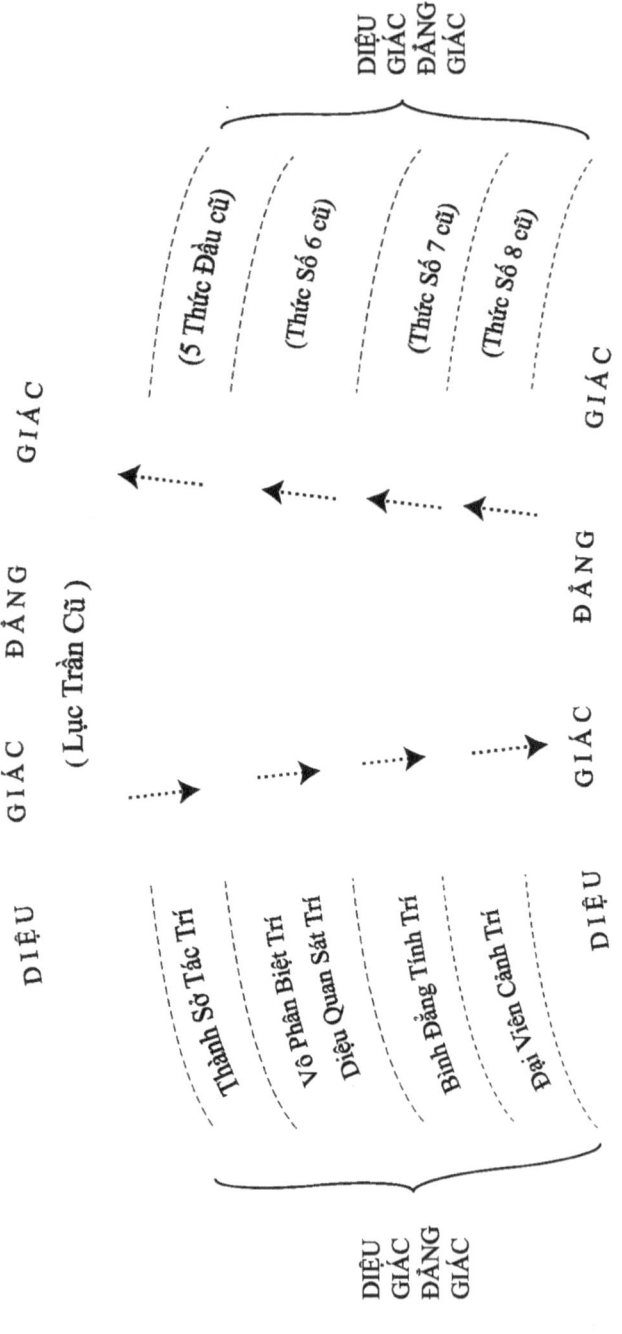

Hình Số 2: Các Thức vô ngại thông nhau

Tiền Ngũ Thức mê muội xưa kia bị điều khiển bởi Thức Phân Biệt, nay trở thành *"Thành Sở Tác Trí"*.

Thức Số Sáu vọng tưởng vô minh luôn phân biệt sướng khổ, sinh tử … nay trở thành *"Vô Phân Biệt Trí"*, chẳng khác gì câu: "Tâm vốn thường phân biệt mà thường giải thoát". Tức vô tư phân biệt, không còn như khi xưa, cứ vô minh mà phân biệt trần cảnh và khi phân biệt tới đâu thì dính tới đó!

Thức Số Bảy khi xưa chấp ngã, giờ ngã chấp tiêu tan, không còn bị môi giới phân biệt của Thức Số Sáu nữa, nay trở thành *"Bình Đẳng Tính Trí"*.

Thức Số Tám khi xưa dung chứa mọi chủng tử thiện ác, và quán xuyến mọi sự thấy, nghe, hay, biết của bao đời, bao kiếp, giờ thanh tịnh, trong sạch, vi diệu, nhiệm mầu, chỉ toàn là Định, toàn là Tịnh, toàn là Trí, thông suốt vô ngại với tất cả các Thức trong cũng như ngoài, nay trở thành *"Đại Viên Cảnh Trí"*.

Do đó mà:

Tính Tướng dung thông
Tâm Tính nhất như

Tính là Thể của Tướng
Tướng là dụng của Tính

Y như Bát Nhã Tâm Kinh:

Sắc bất dị Không, Không bất dị Sắc
Sắc tức thị Không, Không tức thị Sắc

Và cũng y như Pháp Bảo Đàn Kinh Lục Tổ dạy rằng:

> *Vô Niệm làm Tông*
> (là khi Thức đã chuyển thành *Trí*, do đó mà Lục Thức ra cửa Lục Căn, chẳng dính Lục Trần! cũng là nơi Niệm mà lìa Niệm là vậy)
>
> *Vô Tướng làm Thể*
> (tức nơi Tướng mà lìa Tướng, thì Tâm đã không loạn, còn Thân thì thanh tịnh)
>
> *Vô Trụ làm Gốc*
> (tức mọi Trần Lao: thiện ác, vui buồn, sướng khổ của Thế Gian đều không ảnh hưởng)

Tới đây, mới chính là Thật Tướng vì đã có Chính Kiến, tức Bát Chính Đạo! Thì mới có thể thực hành Bát Chính Đạo và Lục Độ một cách đúng nghĩa của nó, tức là chân thực hành và chân thực dụng! Do đó mà suốt ngày đêm mọi hành động của chúng ta đều toàn là Định/Huệ; Huệ/Định, thật là:

> *Chính Trí,*
> *Chính Hành,*
> *Chính Dụng*

Thật ra mà nói, muôn điều muôn sự chúng ta làm, hao tốn biết bao công sức như vầy... cũng chỉ là để thay đổi một ý niệm mê muội, ngược ngạo thành một ý niệm chân chính, đứng đắn mà thôi! Nghĩa là làm sao để Nhất Niệm Vô Minh ấy hồi Tâm chuyển hướng thiện, tức là chuyển cái Nhất Niệm Vô Minh từ Vô Thủy trở về Bản Nguyên Niệm của nó, tức Chân Như Tự Tính Niệm thì dĩ nhiên lúc ấy chúng ta sẽ nhận ra muôn cảnh muôn vật vẫn vốn Như Thị, tức vẫn y như thế không có gì thay đổi cả! Do đó mà các Thức cũng chỉ là thay đổi cái tên. Tuy nhiên, cũng phải *"cố"* rồi mới nói là *"không"* được! Chứ tự nhiên không chịu hiểu, không chịu tu hành gì cả, mà lại bảo rằng: *"Cứ thỏng tay vào chợ đi, vì ai cũng có Phật Tính rồi!"* thì đó là lối nói loạn ngôn.

Chú Giải:

Căn Đại: Nguyên thủy là Tính Thấy, Tính Nghe, Tính Hay Biết đều chỉ là một Tính mà thôi! Tính này vắng lặng, rỗng lặng, đứng lặng, không lay động vì không phân biệt. Bản tính không nương dựa vào đâu mà có, nên là cùng khắp hư không, không bờ bến.

Thức Đại: Luôn lay động vì có phân biệt. Vai trò của nó là nhận biết Trần Cảnh riêng khác nhau, tùy từng Căn; nó luôn nhân nơi đối đãi giữa Căn và Trần mà có sự nhận biết Tương Đối! Thật ra nguyên thủy của nó là cái tác dụng nhận biết của tính sáng suốt, tức của Tính Minh Bản Giác (cũng là của các Căn Đại) và chính cái Tính Minh Bản Giác ấy lại chính là chân tính của Thức Đại.

Chú ý:
Mọi danh từ, gốc rễ, Bản Lai Diện Mục, Cái Đang Nhận Ra, thật giả, trong ngoài, nội ngoại, thường hằng, vô thường, năng sở, Phật, chúng sinh, yêu ghét, đoạn diệt, địa ngục, ngộ … đều là phương tiện, đều là giả danh.

Cùng Một Vầng Trăng

Khi Vô Minh thì:
Kiến, Văn, Giác, Tri, chính là "Vọng Kiến"
Vì là "Vọng Kiến" nên mới phân chia
Lỡ lầm phân chia nên trong Số Lượng
Vì trong Số Lượng nên mới cách ngăn

Cũng vì cách ngăn mà nên Sáu Nẻo
Xoay vần Sáu Nẻo nên mới thương đau
Trong Kinh Lăng Nghiêm: "Tính Tướng y nhau"
Kiến, Văn, Giác, Tri cùng chung một Tính

Sự thật ra thì:
Vầng Trăng Tri Kiến chẳng có nhân duyên
Chẳng có nhân duyên là không đối đãi
Vì không đối đãi, nên không chướng ngại
Không gì chướng ngại, nên vẫn y nguyên

Trong Lăng Nghiêm Kinh, Đức Phật dạy rằng:
Tứ Khoa, Thất Đại Cùng Một Vầng Trăng
Như Lai Tạng Tính, gồm bao tất cả
Khắp muôn loài, đồng Chân Tính ấy chăng ?

Đã cùng Vầng Trăng, đâu Năng đâu Sở!
Đã cùng Vầng Trăng, đâu số lượng, không gian!
Xẻ một, chia sáu để phải gian nan
Phiền não nào hơn Căn, Trần với Thức!

Cho nên:
Kiến, Văn, Giác, Tri chính là Tự Tính
Vì là Tự Tính nên chẳng phân chia
Vì không phân chia nên ngoài số lượng
Vì ngoài số lượng nên chẳng cách ngăn

Vì không cách ngăn, sao rời Tứ Đại ?
Chẳng rời Tứ Đại, Tính Tướng y nhau
Tính Tướng y nhau, Ta hết khổ đau
Vậy:
Tứ Đại phân ly, Kiến tri vẫn đấy

Dù:
Tứ Đại phân ly, Kiến Tri vẫn đây
Kiến, Văn, Giác, Tri, cùng thể vô biên
Năng, Sở chẳng còn, khi không biên kiến
Vượt ngoài lượng số, khi không phân biệt

Chú giải:

Kiến, Văn, Giác, Tri (Cái Thấy, Cái Nghe, Cái Hay, cái Biết) là Tính Thấy, Tính Nghe, Tính Hay, Tính Biết, chỉ là "MỘT" mà thôi, đã là "TÍNH" thì không phân biệt và làm gì có Năng, có Sở! Đó là Tri Kiến Phật chứ không phải Tri Kiến phàm phu.

Tứ Khoa: Ấm, Giới, Nhập, Xứ

Ấm: Tức là Ngũ Ấm gồm: Sắc Ấm, Thọ Ấm, Tưởng Ấm, Hành Ấm, Thức Ấm

Giới: Có 18 Giới, gồm: Lục Căn, Lục Trần, Lục Thức

Nhập: Có 6 Nhập, là 6 cách thu nạp tiền cảnh của 6 căn:
Nhãn căn thu nạp sắc trần
Nhĩ căn thu nạp thanh trần và v.v...

Mười hai Xứ: Vì có 6 nhập, mới tạo thành 12 Xứ là những chỗ sinh ra cái thấy, cái biết:

Từ Nhãn Căn với Sắc Trần
Từ Nhĩ Căn với Thanh Trần và v.v...

Thất Đại: Đất, Nước, Gió, Lửa, Không, Kiến và Thức

*

II

Kết quả của bước cuối cùng, có ai dè cũng là bước đầu tiên vì kết cuộc vẫn gặp lại nhau ở cội gốc của các Thức, tức toàn thể các Căn!

Chỉ khác nhau là bây giờ các Căn thông suốt nhau, nên không còn là sáu, mà cũng chẳng còn gì là một.

Sở dĩ, được như vậy là nhờ có Công Phu miên mật ví tựa những trận gió thổi mạnh làm đám mây quang đãng, để Bản Nguyên "Cái Đang Lặng Lẽ Vô Tư Nhận Ra" sẵn đó hiện ra với hào quang chói lọi của nó chiếu khắp Mười Phương Ba Cõi, đã làm tan đi cái vô minh từ vô thủy tức cái vọng giác cũng là nguyên do chính mà không nguyên nhân gì cả, chúng ta tự lỡ lầm khởi dựng nên nó! Tức đem Tính Minh chuyển thành Cái Giác, để tạo dựng Cái Giác từ vô thủy! Do cái Giác này mà có sáu Căn cách bức lẫn nhau. Rồi vẫn từ cái Giác đó, lại khởi lên cái Nhất Niệm Vô Minh đối đãi để chấp có năng, có sở! Vì vậy mới có sống, có chết và có sáu nẻo luân hồi!

Vì có năng, có sở nên: Một Tâm đem chia làm hai tức là Thân và Tâm, do đó mà có sống, có chết!

Vì một cái Tâm mà đem chia thành sáu Căn, do đó mới có Sáu Nẻo Luân Hồi

Giờ đây nguyên nhân chính là "Cái Bất Giác" vô thủy đã được giải quyết, thì Sinh Tử Luân Hồi cũng được giải quyết theo! Vì khi "Cái Giác" đã trở về nguyên thủy của nó, là "Tính Giác Diệu Minh" tức "cái Giác ấy là nhân" đã được chuyển, thì cái quả là sáu Căn, sáu Thức, sáu Trần (vũ trụ vạn vật), cũng phải chuyển theo là thế, để cùng hòa nhập Chân Tính tức Tính Không cũng chính là Bản Nguyên Tính Giác Diệu Minh.

Mọi vô minh chướng ngại xưa kia làm ngăn cách các Căn đều đã sạch! cho nên các Căn ấy tự thể hiện cái Toàn Tịnh, Toàn Định, Toàn Diệu, Toàn Minh, Toàn Dụng và chúng cũng chính là Cái Thể Tĩnh Lặng, lại cũng là Cái Dụng của Tính Giác Diệu Minh. Vì thế mà trong Kinh nói:

Thể Tính Chân Như không làm ngăn ngại *Tác Dụng Nhiệm Mầu*
Và *Tác Dụng Nhiệm Mầu* không làm ngăn ngại *Thể Tính Chân Như*

Tức là: Các Căn khi thông suốt vô ngại, thì là *"Thể"* (cũng lại là Dụng),
Các Thức khi đã chuyển thành Trí thì là *Dụng* (tức là cái tác dụng nhận biết của Tính Thấy, Nghe, Hay Biết...) chính là Tính Giác Diệu Minh.

Tính này ôm trọn Tứ Khoa Thất Đại, cũng là bao trùm tất cả Tiểu Thừa, Trung Thừa, Đại Thừa:

Tiểu Thừa: Tứ Diệu Đế
Trung Thừa: Thập Nhị Nhân Duyên
Đại Thừa: Bát Chính Đạo và Lục Độ

và bao gồm cả:

Càn Tuệ Địa
Thập Tín
Thập Trụ
Thập Hạnh
Thập Hồi Hướng
Tứ Gia Hạnh
Thập Địa
Đẳng Giác và Diệu Giác

(là 57 đẳng cấp, chứng đắc của Thiền Giáo Môn).

Đối với pháp môn Tổ Sư Thiền, thì tới đây mới tạm trọn vẹn về Lý, là chúng ta đã có tấm bản đồ trong tay nên không còn sợ đi lạc nữa! Nhưng về Sự thì vẫn phải tiến bước mãi để đi tới viên mãn.

Trên con đường tìm Đạo, mỗi Hành Giả đều có mục đích riêng cho sự giác ngộ của mình do đó mà:

Người này, khi đã nhận ra một tia sáng của mặt trăng thì đã thỏa mãn rồi

Người kia, khi đã nhận ra một phần tư mặt trăng thì vẫn chưa cho là đủ!

Người nọ, đã nhận ra một nửa mặt trăng mà vẫn cho là mới ở bước đầu tiên

Người khác, đã nhận ra tám mươi phần trăm của mặt trăng thì lại không bao giờ lơ là trong việc tiến tu v..v...

Tất cả đều là do căn cơ, trình độ và sự nỗ lực của chúng ta mà có nhân quả tương ứng với những phương tiện, pháp môn và người hướng dẫn là thế.

Căn cơ của những người đi loanh quanh, thì cứ đi tới, đi lui mãi ở Tiền Ngũ Thức và Thức Số Sáu! Không vào được Thức Số Bẩy và Thức Số Tám! Mà cho dù có vào được thì lại cũng mắc kẹt ở "Cái Không"! Chỉ vì công phu chưa đúng tiêu chuẩn, sự nỗ lực cũng như phương pháp chưa được chính xác cho lắm! Vì vậy mà cái kết quả chỉ nhận được là ánh trăng mờ hay ánh trăng tỏ hơn! Cái diệu dụng chiếu tỏ của nó còn không đủ năng lực phá được ranh giới của các Căn bị cách bức lẫn nhau, huống chi nói tới phá được "Cái Không" của kho Tạng Thức Số Tám! Do vậy mà Hành Giả chỉ được kết quả của những Cái Thấy, Cái Nghe, Cái Hay, Cái Biết giới hạn mà thôi! Tức là những quả vị của các bậc Thánh, Chư Thiên, Lục Dục trong ba mươi ba tầng Trời.

Có những Hành Giả đã vào được Thức Số Bảy, và đã trực nhận được nguyên thủy của *"Cái Đang Hiện Hữu, Lặng Lẽ Nhận Ra"* là cái Vô Tướng thường hằng bất biến, thì mừng quá và dừng lại nơi ấy vì cho đấy là Cõi Cực Lạc Vô Tướng! Có biết đâu là đã lọt vào cái Hữu Trí Mà Vô Thân là chưa viên mãn! Quả vị này chỉ là Bồ Tát ở mức độ chưa cao lắm.

Cũng có những Hành Giả vào được Thức Số Bảy, luôn cả Thức Số Tám và đã trực nhận ra được nguyên thủy Bản Thể của *"Cái Đang Nhận Ra"*, là Cái Vô Tướng Thường Hằng Bất Biến và những đối tượng của nó là những cái Đang Bị Nhận Ra, hai cái không thể tách rời nhau, nên dĩ nhiên những cái Đang Bị Nhận Ra cũng phải là vô tướng thường hằng! Bởi vậy mà chúng phải là "Một", thì cái "Một" ấy chính là Cực Lạc Vô Tướng! Cho nên vị Hành Giả này, lại cũng dừng ở đó! Có biết đâu rằng, chỗ ấy vẫn chưa viên mãn, vì vẫn là Hữu Trí mà Vô Thân! Nên chỉ được ở Ngôi Vị Bồ Tát cao hơn, nhưng chưa phải là Bồ Tát Thập Địa, vì:

Còn có Cực Lạc thì còn có Sa Bà
Còn có Phật thì còn có Chúng Sinh
Còn có Vô Tướng thì còn có Hữu Tướng v.v...

Đối với các Hành Giả tu theo pháp môn Tổ Sư Thiền, thì khi được Sáu Căn, Tám Thức, Sáu Trần đều thông suốt vô ngại thì Hành Giả nhận ra rằng:

Phật Pháp không hề rời Thế Gian Pháp bao giờ

Do đó: *Vũ Trụ Vạn Vật không rời Phật Pháp*
Và Phật Pháp không rời Vũ Trụ Vạn Vật

Nên: *Toàn Tính là Tướng và toàn Tướng là Tính*
Thể là Dụng và Dụng cũng là Thể

Nếu Hành Giả ngừng tại đây, không tiến thêm nữa thì cũng là chưa viên mãn! Mặc dù đã đầy đủ Hữu Trí, Hữu Thân, nhưng mới là ở ngôi vị Bồ Tát Thập Địa (tức Vầng Trăng Tròn chưa hiện hữu trọn vẹn), chưa phải là ở ngôi vị Diệu Giác Đẳng Giác!

Bởi lẽ đó, mà Hành Giả vẫn cần tiếp tục công phu như cũ, vẫn dùng một trong những phương tiện thích hợp với mình làm công phu. Hãy can đảm, lúc nào cũng cứ coi như mình mới ở *Bước Đầu Tiên!* Đừng bao giờ nghĩ là mình đã ngộ! Đừng bao giờ thắc mắc là mình đã ngộ tới đâu?

Nếu còn chấp là mình ngộ, tức chúng ta lại rơi vào cái chấp "Có" của Thức Nhị Biên là chưa hoàn toàn vào được cái: *"Vô Tu, Vô Chứng, Vô Đắc!"*

Quả đúng là như thế, chúng ta rất cần công phu để phá cho hết màn vô minh sâu dầy của bao đời, bao kiếp. Sở dĩ cứ tiếp tục công phu là để phá vô minh một cách từ từ, vì có vội vã cũng chẳng thể được. Chúng ta không thể phá một vài lần mà đã xong. Và có lẽ ai cũng biết: "Mỗi lần phá được chút vô minh là mỗi lần lại ngộ sâu hơn"!

Nói đến công phu, thì lại xin nhấn mạnh và nhắc về cách công phu một lần nữa: "Khi đã công phu thì phải làm sao cho công phu được thành khối, tức sự chú tâm tột độ ấy được ví như cái khoan, cái đục sắc bén, cái chổi, cái phất trần vi diệu đang làm việc". Nếu công phu như cái khoan, cái đục thì cứ đục mãi, khoan mãi qua bao thứ lớp sâu dầy vô minh của nhiều đời, nhiều kiếp bị cô đọng lại, rắn chắc hơn sắt thép! Nhưng nếu cứ kiên trì khoan mãi, đục mãi thì trước sau gì cũng tiến tới hậu cứ, tức vào được Tạng Thức Số Tám để giải quyết cái Vô Thủy Vô Minh. Nếu công phu như cái phất trần, cái chổi vi diệu cứ quét mãi, phủi mãi, đến một lúc nào đó cái năng lực của chúng sẽ mạnh như vũ, như bão, quét tan đi cái màn vô minh kiên cố che lấp mất Chân Như Phật Tính của chúng ta ấy, cũng sẽ phải tan biến để Vầng Trăng Trí Tuệ sẵn đó hiện ra! Nó chính là Cái Bản Nguyên của *"Cái Đang Nhận Ra"* thanh tịnh, thường hằng, bất biến, không văn tự lời nói, không một mảnh mún vật chất nào! Nó là Cái Bất Sinh, Bất Diệt, Cái Bình Đẳng, còn gọi là Trung Đạo.

Tới đây, nếu chúng ta chấp là đã Đại Ngộ vì Thân Tâm, Thế Giới và Mười Phương, Tám Hướng đều là Vầng Trăng Tròn, đều là Pháp Giới Tính, đều là Tính Không, đều là Chân Không Diệu Hữu, thì lại cũng chưa viên mãn vì:

> Nếu chấp là Tính Không, thì Cái Không này không hề có một chấm nhỏ li ti nào trống rỗng cả. Tức Tính Không mà lại không có chỗ nào trống rỗng!

> Nếu chấp nó còn một chút vật chất nào, thì hóa ra nó lại không phải là Tính Không rỗng lặng!

> Vậy thì Cái Không này là cái gì? Và nó từ đâu mà ra?

> Nếu chúng ta có biết, thì cũng chỉ là đoán mò!

> Còn nếu không biết, thì hóa ra là chúng ta không biết gì về Phật Pháp!

> Vậy thì tại sao lại chấp là mình đã ngộ Đạo cho được?

Nếu chúng ta thông được chỗ này, thì mới tạm có tấm bản đồ để đi thẳng tới Cái Diệu Giác Đẳng Giác!

*

Bản Lai Diện Mục

Hình Số 3: Diệu Giác Đẳng Giác

III

Qua đề tài Bản Lai Diện Mục này, thì ai cũng biết nguyên nhân của cơn phong ba bão táp hãi hùng làm chúng ta chìm nổi sống chết khổ đau tới tấp ấy, là do bởi cái Vọng Giác và Nhất Niệm Vô Minh, còn gọi là Niệm Bất Giác tạo nên.

Nhưng rồi mây mù mãi cũng có lúc phải tan, mưa mãi cũng có lúc phải tạnh, và gió bão mãi cũng có lúc phải ngừng. Vì phong ba bão táp dù có mãnh liệt tới đâu, cũng phải chậm lại để dứt hẳn. Đó là khi chúng ta bắt đầu được một chiếc phao cứu vớt, phao ấy, tấm bản đồ ấy, chính là giáo pháp nhiệm mầu của Đức Phật để chúng ta noi theo mà thực hành.

Thế rồi, sau cơn phong ba bão táp làm tối tăm mặt mũi đó, thì nay trời đã quang, mưa đã tạnh, vị hành giả đã đi trọn vẹn bước đường được vẽ ra trong tấm bản đồ, đã mở được con mắt ra và chưng hửng: *"Ổ! Muôn cảnh vật vẫn y nguyên*, cái gì nó vẫn là cái ấy. Riêng cái ta của tự ngã, thì lúc này mới giật mình và trực nhận ra: *sóng cuồng nước mạnh ấy đều cùng là một Thể, sóng vẫn là nước và nước vẫn là sóng*, thì có riêng rẽ bao giờ, mà phải hội nhập hay không hội nhập?" Như chúng ta vẫn thường tự mâu thuẫn với chính mình và ngây ngô nghĩ rằng: "Sóng phải nhập nước" thật là tức cười.

Tam Thân Phật

Sau khi đã giải quyết được cái vọng giác, tức cái thấy, cái nghe, cái hay, cái biết giới hạn nay đã trở về *Tính Giác*, tức *Tính Thấy, Tính Nghe, Tính Hay, Tính Biết vô ngại viên mãn*. Tính ấy chính là Phật Tính, tức Pháp Thân Phật.

Thanh Tịnh Pháp Thân Phật là Phật tính của chúng ta.

Phật tính có nhiều tên được tạm gọi như Chân Không Diệu Hữu, Tính Không, Pháp Giới Tính, Tính Giác Diệu Minh..

Tính Giác Diệu Minh này thanh tịnh, rỗng lặng, sáng ngời. Cái siêu việt của nó là vừa Diệu, lại vừa Minh, tức vừa vi diệu nhiệm mầu, lại vừa sáng suốt, vừa ẩn mật, lại vừa hiện hữu.

Tính vi diệu nhiệm mầu chính là *Pháp Giới Tính*. Vì là tính vi diệu nhiệm mầu nên tự nó luôn luôn và *không ngừng duyên khởi hiện hóa ra vạn pháp*, tức vũ trụ vạn vật.

Pháp Giới Tính ấy cũng lại là *Tính Sáng Suốt*, tức *Trí Tuệ viên mãn*, nên *tự nó duyên hiểu biết rất ráo về vạn pháp*, tức hiểu rành mạch về vũ trụ vạn vật hiện hữu, mà chính nó duyên khởi hóa hiện ra.

Tính Ẩn Mật (vô tướng) là *Tâm Bát Nhã*, tức Tính Thấy, Tính Nghe, Tính Hay Biết, còn gọi là Tính Sáng Suốt, là *Trí Tuệ*.

Tính Hiện Hữu (hữu tướng) là *Thân và Thế Giới*, tức *Tính Trùng Trùng Duyên Khởi*, cũng là *Tính Hiện Hóa thật tướng, thật hành* và *thật dụng*.

Viên Mãn Báo Thân Phật là Trí Tuệ của chúng ta.

Trí Tuệ này còn được gọi là *Tâm Trí Bát Nhã* hay *Tâm Trí Tuệ*. Nó chính là Tính Sáng Suốt ẩn mật (có ở ngay sáu căn của chúng ta) vừa kể ở trên và nó cũng lại là *Tứ Trí* khi chúng ta giác ngộ.

Tiền Ngũ Thức chuyển thành "Thành Sở Tác Trí"
Thức Số Sáu chuyển thành "Vô Phân Biệt Trí" hay "Diệu Quan Sát Trí"
Thức Số Bảy (Mạt Na) chuyển thành "Bình Đẳng Tính Trí"
Thức Số Tám (A Lại Gia) chuyển thành "Đại Viên Cảnh Trí"

Thiên Bách Ức Hóa Thân Phật (hay còn gọi là **Ứng Thân Phật**) là *đức hạnh*, là *Tâm từ bi* của chúng ta.

Cái Vọng Giác đã được giải quyết xong thì cái Nhất Niệm Vô Minh, cái niệm bất giác ấy cũng phải tự động quy hàng, để tự *hồi Tâm chuyển hướng Thiện*, để trở về nguyên thủy của nó là *Chân Như Niệm*, chứ không còn dám lang bang tạo nghiệp thiện ác, sinh tử như trước nữa. Do đó nó chính là Thiên Bách Ức Hóa Thân Phật, cũng chính là *tính vi diệu nhiệm mầu*, *trùng trùng duyên khởi* ra vạn pháp hiện hữu (hữu tướng) để hữu dụng cho đời.

Nhất Niệm Vô Minh này khi biết quay về Hướng Thiện Niệm, tán loạn tâm trở về Nhất Tâm, tâm phân biệt trở về Tâm Bát Nhã, thì ý hết còn ô nhiễm, miệng không thốt lời độc ác và thân không thể phạm giới (thân không làm những điều tà ác), đó chính là *Thiện Hạnh Niệm*.

Thân không thể rời Tâm, Tâm không thể rời Thân, nên Tâm đã Thiện thì Thân phải Thiện.

Tóm lại, Tam Thân chỉ là Nhất Thể, Nhất Thể chỉ là
Tam Thân.

PhápThân Phật là Phật Tính, là Thể
BáoThân Phật là Trí Tuệ, là Dụng của Phật Tính
HóaThân Phật là Từ Bi, là Hạnh của Phật Tính

PhápThân Phật còn là Toàn Năng, Toàn Dũng,
Toàn Đức, Toàn Viên.
BáoThân Phật là Toàn Trí.
HóaThân Phật là Toàn Từ Bi, Toàn Hạnh, Toàn Lực,
và Toàn Dụng

CảTamThân Phật này không ngoài thân tâm hiện hữu
của chúng ta.

Ẩn Hiện Tỏ Tường

Vũ trụ muôn loài quanh chúng ta
Sống động vui tươi lại hài hòa
Trời xanh, mây trắng tô mầu sắc
Hoa lá xum xuê thật mượt mà!

Sinh động mọi loài trông thật lạ
Đất nước núi đồi rộng bao la
Khúc nhạc hòa vang nghe hay quá
Tiếng trong, tiếng đục vạn loài ca...

Bản Lai Diện Mục

Ríu rít đàn chim bay là là
Khoe mầu bướm lượn đẹp như hoa
Gió lùa muôn lá nghe xào xạc
Cây trái đua nhau vẻ nõn nà

Chẳng phải hôm nay, chẳng hôm qua
Chẳng chi là gần, chẳng gì xa
Thường lạc tự tại ngay đầu mũi
Nhiệm mầu vi diệu, không ngoài ta

Hiện hữu sức sống từng sát na
Cảnh vật, vạn loài trông óng ả
Hữu dụng cho đời từng chiếc lá
Ẩn, hiện tỏ tường ngay chúng ta

Trăng *(Nhiếp Ảnh Gia Hồ Đăng)*

Bát Nhã Tâm Kinh

Về Bát Nhã Tâm, chúng ta tạm phương tiện nói nghĩa hình tướng và vô hình tướng của nó.

Nghĩa hình tướng: Bát nhã tâm hay còn gọi là *trí tuệ tâm*, được ví như thanh gươm vô cùng rắn chắc và sắc bén như kim cương, có thể dùng để chặt được những vật cứng nhất như sắt, thép…

Nghĩa vô tướng: Tâm Trí Bát Nhã chiếu rọi tới đâu thì màn vô minh dầu cho có sâu dầy cách mấy cũng phải tan rã.

Đó chỉ là cách nói, một cách tỉ dụ khi Đức Phật giảng dạy cho các đệ tử dễ hiểu. Thật ra thì *Tâm Bát Nhã ấy sẵn có ở trong muôn loài, muôn vật chúng sinh*, nhưng chỉ vì vô minh tham, sân, si quá sâu, và mọi tập khí hỉ, nộ, ái, ố của chúng ta quá dầy nên đã che kín mất Chân Tâm Bát Nhã ấy mà thôi.

Nếu muốn Trí Tuệ Bát Nhã hiển bầy, thì chúng ta cũng phải phương tiện là dùng một trong tám mươi tư ngàn pháp môn của Đức Phật mà tu. Tu làm sao cho màn vô minh mỏng dần đi, nghĩa là tùy theo sự tu hành chân chính, kiên trì và sự nỗ lực buông xả mọi tập khí cỡ nào, thì Tâm Trí Bát Nhã sẽ hiển bầy, ló rạng ra tương ứng với cỡ ấy!

Còn *Chân Tâm Bát Nhã của toàn thể chúng sinh thì lúc nào nó cũng vẫn tự tịnh, tự định, tự chiếu toả cùng khắp Pháp Giới, cùng khắp không gian, thời gian. Tự nó thông suốt vũ trụ vạn vật huyễn hóa hình tướng và vô hình tướng, có không, không có này.*

Bát Nhã Ba La Mật Đa Tâm Kinh

"Sắc bất dị Không, Không bất dị Sắc
 Sắc tức thị Không, Không tức thị Sắc"

*Cốt tủy Phật Pháp là Bát Nhã Tâm Kinh
Tâm trí Bát Nhã của
            Tổ, Phật ba đời cũng là Tâm Kinh ấy
Ai tín, hiểu, thấu, hành cũng đều y vậy.
Vẫn ngay đây mà vẫn thông vượt:
Trọn nhân quả, thời gian và cả không gian.*

Bát Nhã Tâm Kinh

Diệu pháp thậm thâm Bát Nhã Tâm Kinh
Sắc Không, Không Sắc nào khác chi mình
"Hình Tướng" là "Không", "Không" vừa là "Tướng"
"Không" là "Hình Tướng", cũng vừa là "Không"

Căn cứ thậm thâm Bát Nhã Tâm Kinh
Không Sắc, Sắc Không đâu khác chi mình
Không tức Hình Tướng, Tướng Hình tức "Không"
Không chính Hình Tướng, Tướng đây Vô Hình

Tuyệt diệu thậm thâm Bát Nhã Tâm Kinh
Không Sắc, Sắc Không vẫn chính là mình
Bao gồm cả Hữu Tình lẫn Vô Tình
Vũ trụ này toàn là Không, là Sắc

Bát Nhã Tâm Kinh

Sắc với Không tuy hai mà là một
Không Sắc là một, hóa hiện như hai
Ngài Bồ Tát Quán Tự Tại đã răn dạy "thị khai"
Ơn sâu tầy biển, cao dầy bằng núi

Nhiệm mầu hóa hiện Chân Sắc, Chân Không
Sắc Không y nhất, Thân Tâm cũng đồng
Thế Gian Pháp cũng cùng là Phật Pháp
Hỏi:
"Phật Pháp nào mà khác Pháp Thế Gian?"

Tụng như thường lệ với chuông và mõ:

Ma Ha Bát Nhã Ba La Mật Đa Tâm Kinh

Quán Tự Tại Bồ Tát hành thâm Bát Nhã Ba La Mật Đa thời, chiếu kiến ngũ uẩn giai không độ nhất thiết khổ ách...

Ghi chú:
  Sắc nghĩa là hình tướng
  Không ở đây không phải Vô Ký Không mà là Chân Không

Tu Là Sửa Đổi

"Tu Là Sửa Đổi", câu nói này tự nó đã giải thích và nói lên hết ý nghĩa của nó rồi!

Quả đúng như vậy, đã gọi là "tu" mà không chịu sửa đổi những lỗi lầm, những thói hư, tật xấu thì "tu" cái nỗi gì? "Tu" như thế chỉ mất thời giờ vô ích mà còn mang thêm tội và tạo thêm ác nghiệp mà thôi! Nếu chúng ta chỉ "tu" theo hình thức, còn tâm tính thì cứ giữ y nguyên không chịu thay đổi gì, mà trái lại càng "tu", ngã chấp lại càng cao, tập khí lại càng nặng thì quả thật là vô cùng nguy hiểm về sự tạo thêm ác nghiệp!

Để tránh những hậu quả đó, thì tại sao chúng ta không chịu khó tự kiểm điểm chính mình từng giây, từng phút để sửa đổi ngay những lỗi lầm đã lỡ tạo, và những thói hư, tật xấu đã làm hại bản thân mình, lại còn gây thêm nhiều nghiệp báo nặng nề hơn! Nếu dám can đảm tự phanh phui mọi tội lỗi lớn nhỏ, rồi tự lên án chính mình để mà kiểm soát, ăn năn, sửa đổi từng sát na thì đấy là trọn vẹn nghĩa của chữ "TU SỬA".

Dĩ nhiên là rất khó, nhưng khi đã quyết chí với lòng nhiệt thành vì khao khát Chân Lý giải thoát, thì tự chúng ta sẽ có đầy đủ mọi chí khí, can đảm, tận tụy, kiên trì, hy sinh để mà tu sửa thân tâm từ ngoài vào trong, từ trong ra ngoài, từ thô tới tế để thắng tiến tới mục đích tối thượng là giải thoát thân tâm mình, cũng là giải thoát chúng sinh ra khỏi si mê, phiền não và sinh tử!

Để sự tu sửa được dễ dàng, nhanh chóng hơn thì không một ai có thể xa rời công phu là bùa hộ mệnh, là cây gậy thần giúp đỡ đắc lực nhất trên con đường dài đầy thử thách và chông gai ấy! Vì nếu không có công phu mà cứ khơi khơi đòi chuyển hóa này, chuyển hóa nọ thì cũng khó mà thành công được trước những sự việc bất như ý như:

> Những cái trái tai, gai mắt
> Những cái chèn ép, bắt nạt
> Những cái mất mát, thiệt thòi
> Những sự bất trắc, tai ương
> Những hoạn nạn, tang tóc...

thì hỏi ai lại không có những phản ứng tự động của thân tâm ngoài ý muốn không thể nào kiềm chế nổi? Sở dĩ có phản ứng không thể kiềm chế như vậy là vì thiếu công phu, và dù có công phu đi nữa thì công phu ấy cũng chưa hành trì đúng mức, nên mọi tập khí xúc động, và mọi sân si như thác như lũ mới được dịp vỡ đê vỡ bờ, để tha hồ lụt lội không gì cản ngăn được! Cho nên việc tu hành thường bị kéo dài hằng hà sa số kiếp, mà vẫn không có kết quả cho mấy là như vậy!

Trái lại những ai đã "tu" nhiều đời với một trong những công phu thật miên mật như:

> Niệm phật
> Trì chú
> Tham công án
> Tham thoại đầu ...

thì dù mọi chông gai, thử thách có khó khăn tới đâu cũng sẽ vượt qua một cách dễ dàng. Ngay cả việc giữ giới, cho đến việc thật trọng đại là sự giác ngộ, giải thoát luân hồi sinh tử cũng đều giải quyết được hết.

Do lẽ đó sự hành trì công phu rất quan trọng vì nó là cái nhân chính để đưa đến đủ loại quả: to hay nhỏ, ngon hay dở, tuyệt đối hay tương đối mà người gieo nhân lại chính là chúng ta! Bởi vậy dù là chọn niệm phật, hay trì chú, hay tham công án, hay tham thoại đầu làm công phu để có được kết quả tối thượng, thì chúng ta đều phải nhiệt thành, nỗ lực, kiên trì, khổ công...và không kể gì đến ngày tháng.

Công phu cũng không thể nào ra ngoài được những qui tắc căn bản vô cùng quan trọng, thí dụ như: công phu "Tham Thiền" (tức là tham công án, hay tham thoại đầu). "Tham" là "hỏi" chứ không phải là "niệm" công án! Khi "tham" tức là đang "hỏi", mà phải "hỏi" cho thật rõ ràng, minh bạch từng chữ, từng câu thật trong sáng thì sẽ không bị vọng tưởng, không bị hôn trầm (buồn ngủ). Sở dĩ khi dụng công tham thiền mà có vọng tưởng, có hôn trầm là vì chúng ta tham thiền trong mơ hồ, không phân minh, không trong sáng nên vọng tưởng xâm nhập dễ dàng. Nếu sự mơ hồ càng nhiều thì sự hôn trầm cũng nhiều và nó sẽ đưa chúng ta đi vào giấc ngủ!

Sự thật mà nói thì chúng ta *chỉ có một cái Tâm*, do đó *công phu với vọng tưởng chẳng phải là hai* nên:

Nếu có công phu thì không có vọng tưởng, và nếu có vọng tưởng thì không có công phu! Tâm con người ta thường được ví như con khỉ hay chạy nhảy lung tung. Nhưng sự thật khi nó đã ở trên cây hồng thì không có ở trên cây mận, tức là khi nó đã ở trên cây này thì thôi ở trên cây kia! Chỉ vì quá mê mờ chúng ta tự tưởng như mình có muôn ngàn cái Tâm vọng tưởng! Muôn ngàn con khỉ chạy nhảy tán loạn! Nhưng khi định Tâm lại, thì sẽ thấy rõ ràng là chỉ có một con khỉ, cũng là một cái Tâm mà thôi!

Sau đây là thí dụ để chứng minh là chúng ta chỉ có một cái Tâm: Khi chúng ta nghĩ đến Saigon thì tướng của Saigon hiện ra. Sau đó ta lại vọng tưởng đến Hà Nội thì tướng của Saigon diệt liền, để tướng của Hà Nội hiện ra. Tức là tướng này sinh thì tướng kia diệt, niệm này diệt thì niệm kia sinh! Đó là vì chỉ có một cái Tâm nên mới thế!

Do đó, khi hạ thủ công phu, chúng ta cần tỉnh táo để sao cho niệm niệm thật phân minh, niệm niệm thật trong sáng, rõ ràng, minh bạch từng câu một, không chậm quá, không nhanh quá mà cũng không mơ hồ! Vì nếu chậm quá thì vọng tưởng sẽ dễ nổi lên; còn nhanh quá, gấp quá thì thân tâm bị mỏi mệt, căng thẳng, đớn đau và nếu mơ hồ quá là gần như mất công phu thì dễ đi vào hôn trầm!

Nếu chúng ta hành trì công phu được thật miên mật, thật đứng đắn thì trước sau gì công phu này cũng sẽ thành khối. Tức là tự động có nghi tình để rồi sự việc đắc giới, giác ngộ cũng sẽ tự bắt buộc phải tới vào bất cứ lúc nào trong suốt thời gian "ôm" khối nghi tình đó. Nhưng:

> Nghi nhỏ thì ngộ nhỏ
> Nghi to thì ngộ to
> Còn không nghi thì không ngộ!

nghĩa là tùy vào sự hành trì của công phu cỡ nào thì sự nghi và sự ngộ sẽ tương ứng với cỡ ấy, vì nhân quả tương ứng là vậy!

Còn những ai không hành trì công phu đến được độ miên mật 100% thì cũng tùy vào sự nỗ lực miên mật ở cỡ nào, để có sự hữu hiệu ảnh hưởng đến việc tu sửa, là sự buông xả tập khí được dễ dàng đúng y như mức độ của công phu ấy!

Và những ai không chịu hành trì công phu một chút nào cả, mà chỉ là lý thuyết và thực hành bằng cái miệng thôi, thì sự buông xả, sự tu sửa và sự chuyển hóa cũng chỉ là kết quả suông của cái miệng! Để rồi phải theo nghiệp báo nhân quả điên đảo do chính mình đã tự tạo ra để mà trôi lăn!

Cho nên, tất cả đều là do chính chúng ta tự định đoạt cho bản thân mình về sự thành công hay thất bại, tù tội hay tự do, sinh tử hay giải thoát, thành Phật hay thành ma!

Vậy nếu muốn rong chơi địa ngục, ngã quỉ, súc sinh thì tu cứ tu mà phạm giới cứ phạm, tất cả chỉ là do không có công phu, hoặc có mà lại giải đãi mới nên nông nỗi như:

> Càng tu lâu, thì lại càng thủ lợi, càng chấp trụ, vướng mắc vào Danh, Tài, Ái, Dục... (danh vọng, tiền tài, yêu thương, ham muốn tất cả mọi thứ...)

> Càng tu lâu, thì tự ngã lại càng cao vì được sự cung kính, cúng dường của người đời.

> Càng tu lâu, thì Tài, Sắc, Danh, Thực, Thùy (tiền tài, sắc đẹp, danh vọng, ăn uống và ngủ nghỉ) càng tăng trưởng không ngừng; vì khi đã có danh, có tiền là tự động sẽ có sắc (tức đàn bà, đàn ông) tới để có dịp phạm giới!

> Càng tu lâu, thì lại càng cống cao, ngã mạn về sự hiểu biết được một chút đã cho là quá đủ!

> Càng tu lâu, thì lại càng Tham, Sân, Si vì ghen ghét, tranh chấp, hơn thua thành ra ích kỷ, tư lợi... Do đó mà điêu ngoa, mưu mô, thủ đoạn, hận thù, ác độc và vô tình đã tự biến cái công việc: *"tu là sửa đổi"* thành một cái nghề chẳng khác gì nghề nghiệp kiếm sống của thế gian!

Còn nếu không muốn vào địa ngục, không muốn làm ngã quỉ, làm súc sinh, thì chúng ta phải chịu khó kiên trì, nỗ lực với công phu thật miên mật thì sẽ tự động hoán chuyển, tự sửa được tất cả mọi ác Tâm thành thiện Tâm, rồi đến độ siêu việt cả thiện Tâm lẫn ác Tâm để:

Thay vì sát sinh	Sẽ tự động	Phóng Sinh
Thay vì gian tham, ăn cắp, ăn cướp	Sẽ tự động	Rộng rãi, bố thí

Thay vì ghét ghen	Sẽ tự động	Hoan hỷ, thán phục
Thay vì Ích Kỷ, tư lợi	Sẽ tự động	Phục vụ, vị tha
Thay vì hận thù, ghét bỏ	Sẽ tự động	Thương yêu, hòa đồng
Thay vì kiêu căng, ngạo mạn	Sẽ tự động	Khiêm cung, đức độ
Thay vì tranh dành, hơn thua	Sẽ tự động	Hỷ xả, nhường nhịn
Thay vì giải đãi, lười biếng	Sẽ tự động	Tận tụy, siêng năng
Thay vì thủ đoạn, mưu mô, thành kiến, cố chấp	Sẽ tự động	Từ bi, trí tuệ

Kết quả sẽ được tuyệt vời đến như thế đều là do công phu và sự tu sửa mà ra cả.

Vì khi đã có công phu thì làm sao còn có tư tưởng xấu xa, và nếu không còn tư tưởng xấu xa thì làm sao mà phát ngôn bừa bãi, độc ác cho được. Cũng thế, khi đã có công phu thì Tâm không thể nào có tư tưởng điên đảo. Mà tư tưởng đã không điên đảo thì Thân còn làm sao mà phạm lỗi lầm gì? Và mọi tập khí cũng khó có cơ hội để mà phát ra nữa!

Tóm lại, khi đã tu sửa, chuyển hóa được mình như vậy, đã biết hỷ xả, tha thứ, không còn vướng bận tư lợi, gian tham, không còn ác độc, đấu tranh, ghen tuông, hận thù, và ghét bỏ bất cứ ai nữa, thì ngay đó là Chính Đạo! Không còn phải đi Đông, đi Tây để kiếm đạo ở đâu. Mà là ngay ở Thân Tâm mình tự đã thanh tịnh là có an lạc, vui tươi, trẻ trung, hạnh phúc, cùng sức khỏe, tuổi thọ, phúc đức đồng đều! Và trực tiếp chúng ta còn là tấm gương sáng cho mọi người noi theo. Thật đúng là lợi mình, lợi người!

Và nếu sự việc tu sửa cứ được tinh tấn mãi không ngừng nghỉ như thế là chúng ta đã hòa nhập vào *cái siêu việt nhị biên tương đối* hồi nào cũng không hay! Thì đó chính là chân thật nghĩa của *"Tu Là Sửa Đổi"*.

Ghi Chú :
Những từ ngữ như: nhập vào, dễ / khó, nhanh / chậm, bùa hộ mệnh, tâm con khỉ, hiện / diệt, đắc giới, giác ngộ, Phật, Ma ... đều là phương tiện, đều là giả danh.

*

Tu là Sửa Đổi

Tu không sửa đổi, sao gọi là tu?
Tu mà không sửa, có mắt ta mù!
Ngã cao như núi, làm sao giải thoát!
Tập khí y nguyên, cũng gọi tu ư?

Sân si, ngã mạn, vị kỷ, tranh đua
Ngày đêm chiến đấu: "Ta thắng, ngươi thua"
Nhỏ nhen, thù hận, si mê chồng chất
Ngụp lặn, nhị biên, sinh tử sao chừa

Tự trói mình thôi, qua từng ý thức
Tam độc hoành hành, an nhiên, tĩnh lặng
Bao kiếp lăn trôi, thả buông như thế!
Tu sửa đi thôi, quay về trung thực

sửa đổi:
Sửa cho hết, những gì còn mê tối
Xả tận cùng, những ác niệm lôi thôi
Phiền não, tà kiến, hãy để buông trôi
Vọng niệm lặng, Trí Tuệ hiện sáng ngời

Tu sửa Thân Tâm, đâu chỉ một lần!
Cho dù gian khổ, miễn thành: "Thiện Nhân"
Tinh tấn mãi, là "Đại Nhân" bất thoái
Rồi "Bất Nhân" hay gọi "Thánh Nhân Chân"

Gọi gì chăng nữa, danh giả tạm thôi
Mặt vẫn thế ấy, người xưa gặp rồi!
Thật đúng:
"Cảnh vốn tự không, đâu cần hoại tướng
Linh Tâm tự chiếu, đâu nhờ cảnh sinh"

Những Liều Độc Dược Giết Chết Thân Tâm Chúng Ta

Những liều thuốc độc đó là danh, tài, ái, dục và mọi tập khí, thói hư tật xấu tích tụ của hằng hà sa số kiếp đến nay, và còn tiếp diễn mãi mãi nếu không có những phương cách chữa trị để chúng ta không còn đam mê và chấp chước quá chặt chẽ vào chúng nữa.

Không ít thì nhiều trong chúng ta ai cũng có những thói hư tật xấu này như:

Ham danh, ham tài, ham ái, ham dục, ham ăn, ham ngủ, ham lười biếng…

Ham **"Tứ Đổ Tường"**: Rượu chè, cờ bạc, hút xách, trai gái...

Ham giữ mọi **"Tập Khí"** để mà chấp chước: là chấp chặt, giữ chặt những thói hư, tật xấu gọi chung là "tập khí" như những: thù hận, ghét ghen, oán trách, tranh giành, ngạo mạn, ngoan cố, hơn thua, mưu mô, thủ đoạn, thâm hiểm, nhỏ nhen, tư lợi, đổi chác, nịnh bợ, ác độc, giận hờn dai, thù dai đến độ thề không đội trời chung, thề sống để dạ chết mang theo! Tất cả những thứ ấy, gốc gác của chúng đều do Tham, Sân, Si mà ra!

Tại sao chúng ta không thử can đảm, thành thật với chính mình để tự đo lường và tự phán xét xem mình có cả thảy bao nhiêu liều thuốc độc? Đã làm nguy hiểm đến tính mạng mà còn tạo Nghiệp Báo, Nhân Quả để Vòng Bánh Xe Luân hồi sẽ quay nhiều vòng hơn, và không bao giờ chấm dứt! Sự can đảm tự phán xét chính mình như thế cũng là để tìm phương tiện cứu chữa cho kịp thời, nếu không thì bệnh tật càng ngày càng thêm nặng để sẽ đi đến chỗ vô phương cứu chữa!

Những ai thấy mình chỉ có một Liều Thuốc Độc thôi thì cũng đã ở trong tình trạng thập tử nhất sinh rồi! Nhưng nếu may mắn ta được gặp cứu tinh kịp thời. Những vị cứu tinh ở đây không phải chỉ là thầy thuốc, không phải chỉ là bác sĩ, mà là Minh Sư về tinh thần, về tâm linh. Sự thật, theo Kinh Lăng Nghiêm thì Đời không rời Đạo và Đạo không rời Đời, nên chúng ta vẫn cần cả hai vừa Minh Sư, vừa cả Lương Y, Bác Sĩ:

Minh sư: Để chữa trị Tâm
Bác sĩ : Để chữa trị Thân

Nói về Tâm

Khi Tâm bị bệnh trầm trọng bởi những Liều Độc Dược từ Tâm tạo dựng, thì cũng phải tự Tâm hủy bỏ! Nhưng muốn hủy bỏ cũng phải có phương pháp và có Minh Sư là thầy hướng dẫn về Tâm Linh. Chúng ta cần những thang thuốc, những liều linh dược là Chân Lý giải thoát chân chính để cứu chữa. Nhưng tuyệt đối không phải là các lý thuyết của Tổn Hữu Ác Đẳng như mê tín dị đoan, điên đảo mong cầu toàn là hình tướng và cúng kiến hình thức để rồi chấp thật, chấp giả, chấp còn, chấp mất, chấp được, chấp thua, chấp chết, chấp sống... làm mất thì giờ vô ích, mà bệnh trạng đã không bớt lại còn tạo thêm nhiều phiền não với nghiệp báo nặng nề hơn!

Nói về Thân

Nếu những cái si mê, ham muốn và mọi thói hư, tật xấu là những Liều Thuốc Độc đã làm ô nhiễm Tâm Thức thì cũng tự động ảnh hưởng mật thiết đến Thân, do đó vô tình chúng ta đã làm rất nhiều trở ngại cho các Bác Sĩ, các Lương Y đang chữa trị cho thân thể, sức khỏe của chúng ta. Vì ai cũng chỉ chú trọng chữa cái ngọn là **"Thân"** mà quên đi không chịu chữa tận gốc là **"Tâm"** nên không bao giờ cái **"Thân"** được hoàn toàn khỏe mạnh cả!

Đúng thế, khi **"Tâm"** bệnh là tự động **"Thân"** bệnh. Vì Tâm là Thân, Thân là Tâm; Thân Tâm tuyệt đối không rời nhau, nên sự ảnh hưởng về nhau cũng tuyệt đối như vậy! Ít có ai chịu tin, chịu để ý, nên không hiểu tường tận về Chân Lý thâm sâu của Thân Tâm và Thế Giới. Do đó mà "Tâm" lúc nào cũng phiền não và "Thân" lúc nào cũng bệnh hoạn!

Như trên đã nói, khi chúng ta chỉ có một Liều Thuốc Độc thôi, là một trong những thói hư, tật xấu ấy mà đã coi như bị bệnh thập tử nhất sinh rồi - đã gây vô cùng khó khăn cho các Bác Sĩ trị liệu, và cũng là vô tình chúng ta đã, và đang gây thêm Nhân Quả, Nghiệp Báo cho chính mình, thì hỏi rằng những ai có nhiều Liều Thuốc Độc hơn, hay những ai có tất cả mọi Liều Thuốc Độc thì sẽ ra sao? Liệu có cứu tinh nào chữa nổi hay không? Dĩ nhiên là sự chữa trị sẽ vô cùng khó khăn, vô cùng nan giải!

Những thói hư, tật xấu, tai hại nguy hiểm đến nhường ấy, nên mới ví chúng như những liều thuốc độc! Chúng đang giết chết Thân Tâm chúng ta trong từng phút, từng giây, từng sát na! Tức là chúng đang làm chúng ta chết dần chết mòn, và chết mãi không bao giờ ngừng. Nếu đem so sánh sự độc hại của Độc Dược **"tập khí"** và Độc Dược **"thế gian"** thì Thuốc Độc của Thế Gian chẳng nhằm nhò gì so với những liều thuốc độc "tập khí", vì thuốc độc thế gian chỉ làm chúng ta chết có một lần, còn Độc Dược "tập khí" thì làm chúng ta chết hằng hà sa số kiếp!

Những Độc Dược tai hại này khi bình thường không ai có thể nhìn thấy bằng mắt, vì chúng không hình, không tướng, chúng âm thầm sinh sôi nẩy nở từng sát na, bởi Thân, Khẩu, Ý. Chúng ta chỉ có thể nhìn thấy chúng xuất hiện, hoạt động để gây thêm Nhân Quả, Nghiệp Báo khi có đầy đủ hoàn cảnh và nhân duyên. Như khi có ai trêu chọc, ai hạ nhục, ai hơn thua, ai tranh giành quyền lợi, hoặc gặp ai đẹp hơn, tài hơn, cao sang hơn, thì chúng xuất hiện ngay qua những lời nói mát mẻ hay thô lỗ; qua những ánh mắt khiêu khích hay nẩy lửa; qua những cử chỉ vô lễ hay đánh đập tàn bạo! Đó, chính là những Liều Thuốc Độc âm ỉ, vô hình đang được diễn xuất trong những cơn giận dữ, và khi đó chúng ta mới có cơ hội chứng kiến thật rõ ràng.

Hầu như mọi người ai cũng có những Liều Thuốc Độc đã kể trên! Chúng là những tội lỗi, nhiều hàng hàng lớp lớp, chồng chất cao tựa như núi! Mà gốc của chúng là Vọng Tưởng Vô Minh, Tam Độc Vô Minh (Tham, Sân, Si) do chính chúng ta tự tạo dựng, tự gieo nhân, tự gieo quả, tự chiêu cảm nghiệp báo của mọi tội lỗi ấy, để mà ân oán nợ nần, vay trả trả vay. Do đó mới có phiền não và sống chết. Thật là luẩn quẩn! Chỉ vì cái Vọng Tưởng Vô Minh điên đảo này là chủ trương, nó gây nên vòng xe Luân Hồi và mọi liều độc dược đó, mà thủ phạm chính của những vọng tưởng đó lại là chúng ta!

Như vậy là muôn điều, muôn sự đều do chính chúng ta tự tạo, thì lại cũng chính chúng ta phải tự dứt bỏ, chứ không một Lương Y nào, Bác Sĩ nào, Cứu Tinh nào, Bồ Tát nào hay Phật nào bỏ hộ chúng ta được! Vì nếu cứu được thì Bồ Tát và Phật đã cứu chúng ta rồi! Có đâu các Ngài lại để chúng ta phải bi lụy, khổ đau, hết sống lại chết như thế! Phật chỉ có thể cho chúng ta những tấm bản đồ là những Kinh Sách và những đường hướng để dẫn dắt chúng ta thực hành, đi cho đúng cách là Tâm luôn luôn tuyệt đối chân chính ngay thẳng, thì sẽ không còn bị vướng mắc vào bất cứ cái gì của Thân Tâm Thế Giới!

Để ra khỏi mọi phiền não, không còn đau khổ, không còn mất mát, cũng không còn Sinh Tử nữa thì chúng ta chỉ cần thực hành một chữ *Buông*. Nhưng "Buông" những gì? Và "Buông" cách nào?

Sơ luận về nghĩa của chữ "Buông"

Nói về cái "Buông", dĩ nhiên không phải là nghĩa "Buông bỏ" như những hiểu lầm nông cạn là đem vứt bỏ vợ chồng, con cháu, cha mẹ, tất cả mọi người đi, và cũng vứt bỏ hết mọi công danh, tài sản và ngay cả Thân mình đi nữa! Hiểu như vậy là hoàn toàn đi ngược lại với chân thật nghĩa của chữ "Buông"!

Nghĩa *"Buông xả"* ở đây chỉ là "Buông" cái Tâm không dính mắc vào những thứ ấy mà thôi! Còn đời sống, trách nhiệm và bổn phận vẫn phải trân quí, và vẹn toàn với tất cả những gì mình đang có, bao gồm cả muôn loài, muôn vật quanh chúng ta! Nhưng hoàn toàn không mê say, không trụ chấp, không đắm đuối mà luôn tỉnh thức, để biết thế nào là đầy đủ bổn phận, để không đi vào tình trạng ân oán, nợ nần vay trả, trả vay quá dư thừa! Để rồi vô tình lại gieo thêm nhân trả vay nữa cho những đối tượng của mình và ngay cả chính mình! Vì khi chưa tu hành đến độ ra ngoài được Nhân Quả, thì cho dù chúng ta có biện minh ra sao, tin hay không tin, muốn hay không muốn cũng mặc, cái nghiệp lực vẫn cứ âm thầm diễn tiến theo mọi nghiệp thiện/ác, ân/oán, trả/vay, thừa/thiếu của từng cá nhân, để định đoạt thật phân minh cho kiếp kế tiếp của chúng ta.

Vậy thì chúng ta cần "Buông" những gì?

Thưa: "Buông" tận cùng cả hai loại Độc Dược có tướng lẫn Độc Dược vô tướng.

Độc Dược **có hình tướng** của Thế Gian:

Đó là những Danh, Tài, Ái, Dục, Tứ Đổ Tường mà người đời khó có ai không dính mắc! Những thứ này tạm **có hình tướng** nên chúng ta có thể nhìn thấy, như: chức vị, sản nghiệp, vợ đẹp, con khôn... tuy là rất khó buông, nhưng cũng vẫn có nhiều người "buông bỏ" một cách dễ dàng như:

Những vị đã nhìn ra cuộc đời là huyễn hóa, khổ đau
Những vị đã chán chường cảnh đời dâu bể
Những vị đã thấm nhuần Chân Lý giải thoát
Những vị Tu Sĩ, Cư Sĩ chân chính khát khao Chân Lý giác ngộ...

Những độc dược tập khí **không có hình tướng:**

Đó là những **liều độc dược tập khí** vô tướng, nên mắt chúng ta không thể nhìn thấy chúng như: sự ích kỷ, ngạo mạn, ngoan cố, lưu manh, dã man, giả dối, tranh đua, ghen ghét, sân si, ỷ lại ...

Những tập khí **vô hình tướng này,** xin nhắc lại, chúng ở sâu thăm thẳm trong Tâm Thức. Khi bình thường, chúng ta không thể nhìn thấy chúng, chỉ khi nào có những sự bất như ý, hay những biến cố mà Bản Ngã của chúng ta không chấp nhận, thì nó mới xuất hiện qua những cơn sân si, thịnh nộ! Cũng vì chúng **vô tướng** và mắt **không nhìn thấy** như thế, nên rất khó chữa trị và khó "buông bỏ"!

Chúng ta đã lỡ tạo biết bao bệnh nan y để tự giết chết mình trong từng sát na mà nào có hay biết gì! Thật là khủng khiếp! Nhưng một khi đã tỉnh, đã nhận ra những tai họa ấy do mình gây nên để hại chính mình, thì cần phải trừ khử ngay, bằng phương cách nào rốt ráo nhất, để không còn bị loanh quanh mãi với cái Sinh, Lão, Bệnh, Tử nữa!

Khi đã hiểu và muốn "buông bỏ", muốn thanh lọc những Độc Dược vô hình tướng này tất nhiên rất là khó, nhưng lại cũng rất là dễ.

Khó cho những ai quá ngoan cố, quá bướng bỉnh, quá cao ngạo, quá ghét ghen! Vì khi Tự Ngã càng cao thì sự chấp chước càng kiên cố, bởi si mê quá nhiều! Do đó những vị này đành phải chịu nhận lãnh mọi Nhân Quả do chính mình gây nên! Mà ngay Phật cũng phải bó tay đầu hàng chỉ vì họ còn giỏi hơn cả Phật nữa!

Dễ cho những ai nhiệt thành khao khát về Chân Lý giải thoát, nên đã tự nguyện "hạ ngã" để thật khiêm cung học hỏi, tinh tấn mãi không ngừng. Dĩ nhiên những vị này đã chẳng bao giờ giải đãi, mà còn luôn luôn kiên trì, nỗ lực, chú tâm để thực hành Công Phu thật miên mật, đã y theo tôn chỉ lại đúng phương cách, đúng Chính Pháp với Minh Sư chân chính, đồng thời lại chịu "buông bỏ" tận cùng những liều Độc Dược là mọi tập khí, thói hư tật xấu đó đi, thì trước sau gì họ lại chẳng hiển bầy được cái **Chân, Thiện, Mỹ** vượt ngoài Tam Giới, vượt cả Tử Sinh.

*

Tội Lỗi Ngập Trời

*Vì tự ngã, em che đậy tối đa
Sợ mất mặt, em bù lu, bù loa
Để khỏa lấp biết bao điều dối trá
Nếu cần giết người, em cũng không tha!

Phật Tâm nào, không biết mình có tội
Nhưng tự ngã quen dối gạt lôi thôi
Miễn là thắng, làm sao ta phải thắng
Dù biết mình, tội lỗi đã ngập trời

Đôi khi sợ Luật Nhân Quả, Luân Hồi
Muốn Sám Hối, nhưng rồi thua tự ngã
Thôi đành thôi, để cái tôi cho thỏa*
Dù địa ngục muôn đời
Nhưng: "Ôi! Còn cái tự ái của tôi"

Tập Khí

Tập khí ôm theo bao kiếp đời
Nâng niu, chiều chuộng chẳng xa rời
Ghét ghen, kỳ thị lồng tia mắt
Tranh cãi, hơn thua chẳng nhượng lời

Ý kiến, việc làm cho tuyệt đối
Nhỏ nhen, thù hận ngất lưng trời
Hung hăng chửi mắng, trông kỳ quái
Mặt chảy nặng, dài, thực khó coi

Khổ quá đi thôi, tập khí ơi!
Điêu ngoa, quỷ quyệt, hại danh người
Ham tiền, ham dục, ham lười biếng
Ham lợi, ham quyền, mãi chẳng ngơi

Độc ác, sân si, ngã mạn chơi
Khổ đau, chẳng sợ nghiệp luân hồi
Tập khí tột cùng, thà ôm chết!
Dù chết còn mang mãi chẳng thôi

Ngu si, tập khí đáng thương ôi,
Ôm mãi làm chi chẳng chịu rời
Không bỏ đi thời, thôi đành chịu
Sau đây ác đạo khó sao lui!

Chấp Tác Mà Lại Kể Công

Ở khắp mọi nơi trong các Tu Viện, Thiền Viện, các Chùa, các Tịnh Thất và ngay cả đời sống thường ngày, có rất nhiều người khi thi hành mọi công việc, gọi là chấp tác hay làm công quả, thì gần như hầu hết chúng ta đều có tính kể công. Không kể công nhiều thì cũng kể công ít, không kể công ra miệng thì cũng kể công ngầm với chính mình!

Đó là lẽ thường ở đời đối với những ai chưa hiểu gì về Đạo Lý, hay có hiểu nhưng chỉ hiểu chút ít thôi thì đã đành! Nhưng cũng có người hiểu rất nhiều về Đạo Lý, mà vẫn hành động không khác gì những người thường, thì mới là lạ và đáng tức cười!

Sau đây là một số trường hợp khi thi hành chấp tác mà lại kể công được nêu ra, để chúng ta có dịp can đảm mà tự lượng xét xem mình là người nào? Ở loại kể công nào, trong khi thi hành chấp tác? Và nếu mình có chấp chước, thì đã chấp chước ở cỡ nào? Tức là có kể công nhiều, hay kể công ít, hay không kể công gì hết mà chỉ là làm Ba La Mật thôi!

Có người kể công, vì muốn tỏ ra mình đã làm được việc như vậy đó, họ chỉ cần có người biết tới, cần có người chứng minh thôi! (*Thì trường hợp này không làm nguy hiểm cho ai, vì người làm công quả ấy chỉ muốn được mơn trớn Tự Ngã của họ*).

Có người đã thích kể công, lại còn nghi ngờ là mình bị lợi dụng nên tỏ thái độ vừa làm vừa dằn hắt; vừa làm vừa mặt nặng mặt nhẹ, rồi càng ngày càng chấp chước sâu hơn, đến độ tưởng là cái công của mình quá to nên đã nghĩ rằng: **"Nếu**

không có ta làm thì nó chết!". Do đó mà tự oai quyền, tự độc tài và bắt nạt các vị đối tượng đang bị chịu ơn mình! (*Thì trường hợp này có nhiều phiền não, và khá nguy hiểm, vì đã và đang gây sóng gió đau thương cho người*).

Có người thích mưu mô, thủ đoạn, đổi chác vì danh vọng, vì tiền tài, vì ái dục, vì quyền hành, vì phe phái v.v… Các vị này thì siêu! Là vì không những họ đã ở trên hết mọi loại kể công, mà còn là những vị đầy tham vọng, độc ác, thích "trị vì" toàn bộ để tác oai, tác quái… (*Thì trường hợp này quá ư là nguy hiểm! Nếu không có thuốc chữa trị ngay thì mọi đau thương, mọi hoạn nạn và tan tác sẽ xẩy đến cho các vị đang chịu ơn, và nơi chỗ bị chịu ơn đó!*).

Có người khi thi hành chấp tác thì bỏ hết công lao, bỏ hết sức lực của mình vào để mà tận tâm, tận lực trong tất cả mọi việc dù nhỏ, dù lớn đều tuyệt đối chu toàn. (*Trường hợp này đúng là lợi mình, lợi người vì các vị đang chấp tác ấy, đã làm việc một cách Ba La Mật là không hề chấp chước vào một cái gì cả thì đó gọi là chấp tác "Ba La Mật" tức Thân, Tâm, việc làm đều "Vô Sở Trụ"*)

Có người thì dùng chấp tác là một trong những pháp môn trực tiếp thực tế nhất để tu hành, như các vị Tổ ngày xưa: "**Một ngày không làm, một ngày không ăn**". (*Trường hợp này tự động ra ngoài cả tuyệt đối lẫn tương đối, tức được trọn vẹn cả phúc lẫn trí*).

Về Phúc: Khi chấp tác mà tận lực vẹn toàn, thì Bản Thân cũng được tiêu nghiệp đúng y mức độ đó!

Về Trí: Khi chấp tác mà Tâm Trí được thu hút trong công việc đến độ Thân Tâm và công việc chỉ là một thôi. Thì các vị chấp tác này, đang ở trong trạng thái **"Làm Mà Không Có Ai Làm!"** Đó là sự chấp tác siêu việt!

Tóm lại:

Những người chấp tác một cách Ba La Mật trên cõi đời này tuy là hiếm, nhưng lại cũng vẫn có rất nhiều như:

Các bậc làm Cha Mẹ
Các vị thiện nguyện đúng nghĩa
Các vị đang học Đạo ở độ cao
Các vị Bồ Tát
Các Vị Phật…

Còn chúng ta, nếu muốn được như các Ngài, thì chỉ việc làm y theo những gì mà các Ngài đã làm và đang làm. Nghĩa là khi chúng ta giúp bất cứ điều gì cho ai, hay làm bất cứ cái gì cho ai, thì cũng nên làm bằng một cái Tâm đã chú ý tột độ, lại bình đẳng, từ bi, và có tinh thần trách nhiệm, để tuyệt đối vuông tròn. Tức không có một sự sơ hở nào hết trong mọi việc làm! Được như vậy, là đương nhiên chúng ta sẽ không có những ý niệm thường tình chấp chước về: công lao, sức lực, đổi chác, đua chen, tranh chấp, so đo, ích kỷ, tự kiêu, kể công, kể trạng cho mọi công việc đó!

*

Chắp Tác Mà Lại Kể Công

Hằng Nga Vẫn Đây Chờ

Mặt nặng, mặt nhẹ, khi làm công quả
Mặt nặng nhẹ, khi bố thí cúng dường
Chỉ tạo thêm nghiệp, cái nghiệp sầu thương
Hỏi làm sao mà hội nhập chân thường?

Nào ai bắt, nào ai cột trói mình!
Mình tự mình, trong phân biệt trọng khinh
Đừng điên đảo viện cớ này, cớ khác
Vượt ra ngoài biên kiến với nhục vinh

Chấp Tác Mà Lại Kể Công

Thôi đừng nên, đừng chụp mũ những ai
Tính toán so đo, hai một, một hai
Nào hơn thiệt, nào ghét ghen tranh chấp
Hỏi: "Thói hư này, nào có trong Bản Lai?"

Vọng tưởng, thành kiến buộc trói thảm thê
Ngụp lặn tử sinh, phiền não ê chề
Mình không thanh tịnh, tưởng ai cũng thế
Vô minh lạc lối, mù tối quên về!

Trăng bao giờ mờ mà mãi trong mơ
Mở mắt thôi, Hằng Nga vẫn đây chờ
Khờ dại gì mà khư khư trụ chấp!
Trăng, trăng đầy, trăng thêu dệt nên thơ

Chấp Tác Mà Lại Kể Công

Công Quả

Khi làm công quả, ta đừng kể công
Chấp chước công lao, công tựa như không
Chỉ nên tận lực, dù việc lớn bé
Chăm chú, cần cù, việc như gấm, bông

Tôi là việc, mà việc cũng là tôi
Việc, tôi nhập một, vui làm như chơi
Ngoại cảnh chẳng màng, vọng tâm tự lặng
Làm không người làm, ở Tuyệt đối thôi!

Làm Ba La Mật, thật là công quả
Siêu công quả này, sinh tử phải qua
Không chấp chước, không cầu mong, đổi chác
Tiếp tục lâu dài, hoa nở không xa

Làm công quả, mà chấp chước, mong cầu
Chỉ được phước báu, kiếp sau sẽ giàu
Công danh, sự nghiệp, tuy giàu sang thật đó
Nhưng không giải thoát, luân hồi, khổ đau!

Bạc Trắng Như Vôi, Vô Ân Bội Nghĩa

Với những ai là con người đúng nghĩa thì chẳng bao giờ vô ân bội nghĩa. Dĩ nhiên những vị Thiện Nhân này nếu chịu thăng hoa, tức cứ tinh tấn tiếp tục tu mãi thì sẽ thành những Vị Bồ Tát, những Vị Phật.

Còn hầu hết phàm phu chúng ta, thì khó có ai mà không có những chủng tử bạc bẽo, phản phúc, hay còn gọi là sự:

> Vô ân bội nghĩa
> Bất nhân, bất nghĩa
> Ăn cháo đá bát
> Bạc trắng như vôi…

Đó là một trong những tập khí không mấy tốt đẹp. Nó rất vi tế và tiềm ẩn sâu thăm thẳm trong Tâm Thức, chỉ khi nào đầy đủ nhân duyên bất thiện thì nó mới phát hiện! Mà chính chúng ta cũng vô tình không nhận ra; hoặc có nhận ra chăng nữa thì cũng cố ý tảng lờ đi, vì Tự Ngã quá cao, vô minh quá dày, nên lúc nào chúng ta cũng nghĩ là mình tốt, mình đẹp, mình giỏi hơn người, chỉ vì được một chút đã cho là đủ! Nên mới kiêu căng, ngạo mạn, để rồi đi đến sự vô ân, bội nghĩa.

Sự bạc bẽo, phản bội của chúng ta là những cái nhân đã hại mình, lại còn hại người, sẽ đưa đến những cái quả tang hoang, đau buồn trong hiện tại. Và không thể tránh được sự liên hệ đến Nghiệp Báo Nhân Quả trong tương lai!

Trước hết, nói về sự vô ân bội nghĩa, bạc bẽo đối với người:

Thì dĩ nhiên chúng ta làm đối tượng mà mình đã chịu ơn bị đau khổ bội phần! Nhưng chúng ta vẫn cố tình giả lơ, cũng chỉ vì Tự Ngã ác độc, với cái chủng tử bạc bẽo vô ơn của mình! Có ngờ đâu, khi ta làm cho ai đau đớn thì chính chúng ta cũng bị canh cánh, và đớn đau không thua kém gì cái người đang bị đau khổ ấy! Đó là nói về những tháng ngày hiện tại, chứ chưa nói gì đến nhân quả, nghiệp báo tương lai. Nó đang chờ đợi để chúng ta phải trả cả vốn lẫn lời gấp trăm gấp ngàn lần, mà đối tượng của mình hiện đang bị đau khổ! Do chính mình là thủ phạm đã gây nên cái phiền não đau thương đó cho họ, mà họ là những ai?

Xin thưa:

Họ là Tổ Tiên, Ông Bà, Cha Mẹ
Họ là Chư Phật Tổ, và các vị Thầy dạy Đạo
Họ là những vị Thầy, Cô dạy học từ lớp Mẫu Giáo đến
                                                  Đại Học
Họ là Vợ, là Chồng, là người yêu thương
Họ là con cháu, họ hàng Nội, Ngoại
Họ là những ân nhân về muôn mặt
Họ là các bạn bè
Họ là muôn loài, muôn vật hữu hình, vô hình
Họ là Quốc Gia, Xã Hội, Đất Nước v.v…

Sau hết là nói về sự vô ân, bội nghĩa, bạc bẽo đối với cá nhân mình:

Thì trong hiện tại, dù chúng ta có cố tình quên đi những sự vô ân bội nghĩa mà mình đã tạo ấy! Nhưng cũng có những lúc tỉnh táo, là những lúc phải đối diện với tòa án lương tâm của con người, thì sẽ rõ biết tất cả những gì mình đã nghĩ, đã nói, và đã hành động không đúng với Đạo Lý đó! Mặc dù chúng ta có cố gắng tự bào chữa và dàn xếp lương tâm khéo léo đến đâu? Thì cũng chỉ là cái tự ngã giả dối cố tình che đậy mà thôi!

Nhưng rồi, vẫn không thể nào an lạc được! Mà khi đã không thể an lạc được, là có sự dày vò, cắn rứt lương tâm, nên Thân Tâm không thoải mái, và khi Thân Tâm đã không được thoải mái, thì sẽ bị bệnh hoạn để rồi mau già, mau chết một cách vô bổ ích! Để sẵn sàng đón nhận những quả nghiệp bất thiện không thể tránh, đang chờ đợi trong tương lai.

*

Bạc Bẽo
"Lấy Oán Đền Ân"

Khi Si mê:

    Đã là con người chẳng ai không có tội
_{Nào} *là Phản bội, ác độc, bạc trắng như vôi*
_{Nào} *là thủ đoạn, xảo quyệt, điêu ngoa, nịnh hót*
_{Chẳng sợ} *nhân quả, luân hồi, miễn thỏa mãn cái "Tôi"*

Trên lộ trình học Đạo:

_{Khi} *là con người, mà đúng nghĩa của con người*
_{Thì} *chẳng hề bao giờ lại bạc trắng như vôi*
_{Mà:} *luôn hạ ngã, và bỏ buông muôn Tập Khí*
Ân trả nghĩa đền:
Chứ có bao giờ
*lại lấy cái **Oán** mà đền cái **Ân**!*

"Ơn ai một chút chẳng hề quên
Dù người chẳng kể, phận ta đền!"

Phản Bội

Bội phản, thói thường là bệnh của chúng sinh
Chính nhân, chính quả, tạo dệt cảnh lầm than
Phản cha mẹ, vợ chồng, bạn bè, đất nước
Mình phản bội mình, mà ngỡ phản nhân gian!

Dưỡng dục sinh thành, như cỏ dại rêu xanh
Bội phản mẹ cha, nào cần chi hiếu hành
Trai gái, vợ chồng thề trọn nghĩa trung thành
Mới ngày ấy, mà hôm nay vầng trăng đã khuyết!

Tình bằng hữu khít khao, như dài lâu da diết
Để ngày nay, tặng bài vĩnh biệt bi ca!
Anh chị em thương yêu, ruột thịt một nhà
Ấy cũng tị hiềm, phản bội cách nhau xa!

Bạc Trắng Như Vôi, Vô Ân Bội Nghĩa

Nước Việt ta, trên bốn ngàn năm sử sách
Vội nỡ quên đi, dòng máu đỏ da vàng
Lưu vong đây, là thử thách trí hùng anh
Vong bản, bội phản, làm sao không đáng trách!

Phản bội, hạt giống vô minh sao quái ác
Gây tóc tang, luân hồi, tử sinh sống thác
Kiếp kiếp, đời đời gieo rắc quả, rắc nhân
Bình thản, âm thầm mà khổ đau tan tác!

Thôi ngừng bội phản, để ra ngoài, lầm lạc
Hoán chuyển đi, nhân hạt giống tột vô minh
Trung thực thôi, từ bi, trí đức, hy sinh
Theo chân đức Từ Tôn, vượt Mê về Giác

Ngạo Mạn

Người ngạo mạn, lội bơi trong vọng tưởng
Tưởng ta tài, đức hạnh trội hơn ai
Tưởng ta khôn, sành sỏi một không hai
Tưởng ta giỏi, tuyệt luân trong thiên hạ

Ngờ đâu!

Ngờ đâu: ngạo mạn thật vô minh
Ngờ đâu: ngạo mạn tạo điêu linh
Ngờ đâu: ngạo mạn khiến người khinh
Ngờ đâu: ngạo mạn gốc tử sinh

Tỉnh lên gạt bỏ vô minh
Cho tâm an lạc, cho mình, người vui

Vắt Chanh Bỏ Vỏ

Sức tàn lực kiệt, thế là thôi
Vắt chanh bỏ vỏ, xót xa đời!
Một Mẹ già, bằng ba người ở
Một Ông Cha, bằng bốn anh bồi

Tiếng rên, tiếng hú não nùng ơi!
Cô độc riêng tôi, Trời hỡi! Trời!
Viện Dưỡng Lão, hôi mùi xú uế
Ngẫm cuộc đời bạc trắng như vôi

Ngày tàn ngày, thân tôi đơn côi
Hồn bồng bềnh, tôi trôi dần trôi....
Nồng nặc mùi, như ai đánh thức
Thôi hết rồi, tôi bị bỏ rơi!

Viện Dưỡng Lão, cho ai đơn côi
Không người thân, cô độc thương ôi!
Đó là nơi từ bi tuyệt đối
Nhiều hy sinh cho các cụ thôi

Bạc Trắng Như Vôi, Vô Ân Bội Nghĩa

Viện Dưỡng Lão

Một "Ông Cha" là bằng "Ba Mẹ Già"
Cắt cỏ, lau nhà, giữ cháu bê bi
Một "Mẹ Già" là bằng ba người ở
Vắt chanh bỏ vỏ, vứt bỏ cả đi

Bỏ vào Nhà Mồ vĩ đại uy nghi
Bỏ trong Địa Ngục đầy phân xú uế
Tiếng rên, tiếng hú, kể sao cho xuể!
Cứu tôi "Ông Trời", xin hãy Từ Bi.

Bạc Trắng Như Vôi, Vô Ân Bội Nghĩa

Nước cốt chanh vắt sạch, ta vứt vỏ chanh đi
Mẹ Cha cho cốt tủy, đừng ruồng bỏ mà nguy
Nhà Dưỡng Lão, chẳng phải là nơi ta Báo Hiếu
Mà là nơi cô đơn, nơi lệ ứa tràn mi!

Dù cố viện cớ gì cũng vẫn chẳng ra chi!
Cãi tới cùng, vẫn là người con vô liêm sỉ
Chỉ là bất nghĩa, bất nhân, bất trung, bất hiếu
Cũng là vị kỷ tột cùng, vì quá mê si!

Nói như thế không là chê bai Nhà Dưỡng Lão
Chúng ta vẫn quí, vẫn cần và vẫn tri ân
Nhưng là nơi cho ai không con cái thân nhân
Nếu còn con cháu, sao phải phiền nơi Dưỡng lão?

Mọi Sự Vờ Vĩnh, Đóng Kịch Đều Là Do Vọng Tưởng Mà Ra!

Thật ra thì:

Từ thuở ban đầu mọi người ai ai cũng là Phật, là Chân Như Tự Tính, thể dụng đủ đầy, không thiếu cũng không dư.

Chân Như là Thể
Tự Tính Chân Như là Dụng
Chân Như ẩn mật, nên Vi Diệu thiêng liêng
Tự Tính nhiệm mầu, hữu hiệu nên hiện tướng

Quả đúng là Thật Tướng, Thật Hành và Thật Dụng.
Tuyệt đối hữu dụng cho đời, do đó mà Bát Nhã Tâm Kinh đã dạy:

Sắc bất dị Không (*Sắc chẳng khác Không*)
Không bất dị Sắc (*Không chẳng khác Sắc*)
Sắc tức thị Không (*Sắc chính là Không*)
Không tức thị Sắc (*Không chính là Sắc*)

Tức là toàn thể vũ trụ vạn vật đều là "**Bát Nhã Sắc Không**". Bát Nhã Tính, hay Pháp Giới Tính luôn trùng trùng duyên khởi, không bao giờ ngưng nghỉ, vì nó là sức sống siêu việt thường hằng. Nó cũng chính là Chân Lý bất biến.

Mọi Sự Vờ Vĩnh, Đóng Kịch Đều Là Do Vọng Tưởng Mà Ra!

Nhưng tiếc thay, không một nguyên nhân, không một lý do gì cả mà trước cảnh **vi diệu nhiệm mầu Sắc Không** hiện hữu này, thì tự nhiên chúng ta đem cái Chân Như Niệm là Trí Tuệ Bát Nhã chuyển thành cái Thức, có nghĩa là đem Chân Như Niệm chuyển thành Nhất Niệm Vô Minh, hay còn gọi là Một Niệm Bất Giác! Tuy cái Vọng đó, nó chỉ là Vọng Niệm mà thôi, nhưng chính nó đã gây nên mọi sóng gió, đớn đau, phiền não và sinh tử!

Đã là Vọng thì không phải là thật! Mà chúng ta lại chính là cái Vọng Tưởng Vô Minh ấy! Nên đương nhiên toàn thể Thân Tâm chúng ta từ ý nghĩ, từ lời nói cho đến mọi hành động đều là Vọng cả! Vậy là từ đầu đến chân, từ trong ra ngoài, từ ngoài vào trong, từ thô tới tế, từ tế tới thô, nhất cử nhất động của chúng ta đều do cái Vọng Tâm Thức giả dối ấy điều khiển! Để rồi tạo nên mọi nhân quả, nghiệp báo và sinh tử luân hồi …

Sở dĩ chúng ta hay vờ vĩnh đóng kịch cũng chỉ vì chúng ta là cái Vọng Tâm giả dối ấy, nên chẳng có gì đáng lạ cả! Nhưng khi đã có cơ duyên được học Đạo, đã hiểu rõ cái nguyên nhân của những sự phiền não ấy, thì ít có ai lại không kiếm cho mình một phương tiện thích hợp, để đi ngược giòng đời mà lật lại cái **Nhất Niệm Vô Minh** trở về nguyên thủy của nó, là **Chân Như Niệm**. (*Tức cái Thức được chuyển lại thành cái Trí Tuệ vốn dĩ của nó, có nghĩa là cái vô thường được chuyển lại thành cái vốn bất biến thường hằng!*)

Sự thật thì chẳng có gì đáng gọi là lật, là chuyển cả! Vì khi những trò vờ vĩnh vô minh, những đóng kịch giả dối của mọi tập khí, do cái Vọng Giác phát minh ra được tan biến đi, thì Trí Tuệ sẵn đó tự hiển bày, tức **"Mây Tan Thì Trăng Hiện"**, có thế thôi!

Trên hành trình hoán chuyển ấy, chúng ta cần rất nhiều thời gian và cũng gặp lắm gian nan! Với những ai thật sự khao khát, muốn được trở lại cái vốn chân thật nguyên thủy của mình, thì lẽ dĩ nhiên thừa dũng mãnh, và can đảm để tự làm Quan Tòa quang minh, chính đại, và bình đẳng nhất! Mà phán xét lấy chính mình trong từng phút, từng giây về mọi sự vờ vĩnh, đóng kịch giả dối của từng ý nghĩ, lời nói và mọi hành động của mình.

Nếu thấy mình, còn vờ vĩnh đóng kịch giả dối nhiều, thì màn vô minh cũng còn nhiều, nên vấn đề trở về Đạo Lý Chân Thật cũng còn quá xa xôi….

Nếu thấy mình, vờ vĩnh đóng kịch giả dối ít, thì màn vô minh cũng còn ít, do đó cái Đạo Lý Chân Thật vốn sẵn đó được hiển bầy nhiều hơn.

Nếu thấy sự vờ vĩnh, đóng kịch giả dối của mình đã hoàn toàn chấm dứt, thì màn vô minh cũng hoàn toàn hết, và cái Đạo Lý Chân Thật hay còn gọi là "Chân Lý Giải Thoát" sẽ lập tức được hiển hiện trọn vẹn.

Bởi thế cho nên, tất cả là do chính chúng ta tự định đoạt cho mình, trên bước đường trở về cái Đạo Lý Chân Thật vốn sẵn có ấy. Vì vậy mà dễ hay khó, gần hay xa, phức tạp hay giản dị đều là do chính chúng ta quyết định cả!

Với người chưa biết gì về Đạo Lý, thì sự vờ vĩnh, đóng kịch giả dối là lẽ thường, không có gì đáng trách.

Nhưng với những ai đã hiểu, và đã khá sâu sắc về Đạo Lý rồi, mà vẫn còn thích vờ vĩnh, đóng kịch với những điệu bộ này, điệu bộ kia, thì lại đi lòng vòng vào những trò giả dối, tức là đang bị gò bó và gượng ép trong cái Thức Tâm mà không hay biết!

Sự giả dối không thật ấy, đã làm mất đi cái vốn tự nhiên thường lạc, tự tại của nó! Vì nếu là cái **Vốn Dĩ Tự Nhiên** thì:

Khi chúng ta cười, là nụ cười Di Lặc thật sự, vì nó vui từ trong ra ngoài, từ ngoài vào trong, tức cái vui tươi tuyệt đối của toàn thể Thân Tâm.

Khi chúng ta đi, là tự động có những bước chân tự tại, tùy duyên lúc chậm, lúc nhanh, lúc chạy, lúc nhảy, nhưng lúc nào cũng dũng mãnh, oai hùng với vẻ đẹp vẹn toàn Chân Thiện Mỹ.

Và đương nhiên là tất cả mọi lúc, mọi thời, khi ăn uống, nói năng, ngủ nghỉ, làm việc, đều được tự động thích hợp, rất ư tỉ mỉ trong cái tuyệt vời và tuyệt đối chân thật sẵn có ấy!

*

Mọi Sự Vờ Vĩnh, Đóng Kịch Đều Là Do Vọng Tưởng Mà Ra!

Vờ Vĩnh Giả Dối

*Lòng thì thích, miệng lại nói không
Tâm chẳng muốn, miệng đành nói có
Ôi đảo điên, đời nào mới tỏ?
Vòng luân hồi, tương đối quanh co*

*Đây huyễn hóa, đã trường ảo mộng
Vờ vĩnh chi? Thêm những cơn giông!
Giả ốm đau, vờ cả điên khùng
Lợi chút thôi, liệu thoát nghiệp không?*

*Ham trước mắt, mà hại sau lưng
Nhân nào quả ấy, cách chi ngừng?
Vờ vĩnh đây, chiều theo bản ngã
Mình tự hại mình, sinh diệt không ngưng*

Mọi Sự Vờ Vĩnh, Đóng Kịch Đều Là Do Vọng Tưởng Mà Ra!

Nụ Cười Di Lặc

Nụ cười tươi như hoa
Tự tại thật chính ta
Sinh tử, ta siêu vượt
Phiền não, ta không tha

Tư Cách Về Sự Nói Năng

Người có tư cách nói năng có trách nhiệm với lời nói của mình, tức lời nói luôn đi đôi với việc làm. Được như vậy là tự động thể hiện được con người đúng nghĩa "là con người".

Có nhiều người hay nói ba hoa, tức nói hươu, nói vượn, nói suông, nói không có trách nhiệm gì với những lời nói của mình! Phải chăng vì thói hư tật xấu, vì bản ngã thích khoe khoang nên đã bị người đời liệt vào hạng ăn nói thiếu tư cách với nhiều danh từ không mấy lịch sự như:

- Phát ngôn bừa bãi
- Ăn nói khoác lác
- Ăn nói láo lếu
- Nói điêu, nói phét
- Béo nói
- Trăm voi không được một bát nước xáo
  (*nước xáo tức nước dùng để nấu canh, nấu xúp*)
- Thùng rỗng kêu to…

Với những người có tập khí không mấy tốt như thế, là vì họ có quá nhiều vọng tưởng; đồng thời họ cũng có quá nhiều tham vọng, ước muốn được như những lời mà họ đang ba hoa khoác lác đó! Và khi cứ nói hươu, nói vượn, như thế mãi thì đến một lúc nào đó, tự họ lại tưởng mọi điều khoác lác ấy hiện hữu và mình được thật như vậy; để rồi lại còn tưởng mọi người cũng tin tất cả những gì mà mình đang ba hoa đó! Tức là họ tưởng rằng đã lòe bịp được mọi người, nên sung sướng trong cái lòe bịp giả dối ấy! Có biết đâu rằng người ăn nói không đứng đắn đó trước sau gì cũng bị lộ ra.

Và khi đã bị mọi người biết hết tất cả những sự giả dối của mình thì:

> Có người cũng biết xấu hổ, và cảm thấy nhục nhã về những hành vi của mình. Thì đó là người còn có chút lương tâm, có tinh thần của con người, nên có thể sẽ ăn năn mà tu tâm dưỡng tính.

> Còn có người khi bị bại lộ hành vi của mình thì sân hận, chửi bới lung tung, rồi lại vẫn cứ trơ ra không biết gì là nhục, là đáng xấu hổ cả! Nên lại kiếm cách này, hay cách kia mà giải thích, mà bao che và lại tiếp tục cái trò ăn nói ba hoa, khoác lác mãi…

Thật là đáng thương, và tội nghiệp, vì họ là những người điên mà họ không biết. Khi càng điên thì lại càng nhiều vọng tưởng, và đã nhiều vọng tưởng thì lại càng giận dữ, sân si!

Đó cũng là những gương xấu, để chúng ta suy ngẫm mà tự xem xét mình có những tật xấu nào về thùng rỗng kêu to như thế? Nghĩa là chỉ biết béo nói cho sướng miệng, để rồi thực tế, thì lời nói với việc làm không tương ứng! Tức là chỉ nói mà không làm, chỉ hứa hẹn suông cho có chuyện rồi bỏ bê, vô tình đã tự phơi bày con người không có tư cách của mình. Sự việc ăn nói bừa bãi không trách nhiệm ấy, đã âm thầm gieo cái nghiệp nhân giả dối xấu xa, để rồi chính mình phải nhận lĩnh tới hai cái nghiệp quả:

> Một là nghiệp quả hiện hữu: mọi người khinh khi, xầm xì, đề phòng, tránh né vì mình đã làm mất tín nhiệm.

> Hai là nghiệp quả tương lai: đang chờ, để sẽ hiện hữu các quả xấu ác trong những kiếp kế tiếp.

*

Tư Cách Về Sự Nói Năng

Giả Dối

Mọi cảnh vật đã cùng đều giả dối
Đổ dầu thêm, dối gạt khắp nơi nơi
Thói hư thôi, nên dối gạt để chơi
Tưởng dối người, ai dè gạt chính tôi!

Lương tâm nào, không biết mình có tội?
Nhưng vì lợi, nên dối gạt mà thôi
Gạt cha mẹ, vợ chồng và tổ quốc
Dối bạn bè, sao lợi lộc tí xôi

Ai biết đâu, nào đã thấy thiên lôi?
Cứ giả dối, sợ gì chảo dầu sôi
Có ngờ đâu, đào sâu thêm ngục tối
Mãi luân hồi, vì nghiệp ở làn môi

Hỷ Xả

Là con người, chúng ta đều có lòng độ lượng, bao dung, từ bi, hỉ xả, đó chính là Phật Tâm.

Là con người, cũng chẳng ai lại không có tội, không tội nhiều thì cũng tội ít.

Hiểu như vậy thì dễ thương nhau và dễ cho nhau cơ hội, để có đủ thời gian mà ăn năn hối cải.

Với tấm lòng thương yêu chân thật, hỷ xả, bao dung chúng ta sẽ chuyển hóa được biết bao người đã có tội, đang phạm tội hay sẽ làm nên tội.

Thật vậy, con người dù là người có tội cũng vẫn có sẵn một cái Lương Tri. Mà đã có Lương Tri, thì ít có ai lại không hiểu tấm lòng bao dung, cao thượng của những người đang mở lòng từ bi để hỷ xả, tha thứ cho mình. Cho nên người có tội dù hung dữ tới đâu, độc ác tới đâu mà được sự hỷ xả, tha thứ thì lòng họ cũng sẽ phải chùng xuống!

Tâm lý của những người có tội rất mặc cảm, rất cô đơn, chính họ cũng luôn tự biết về tội lỗi của mình, lòng họ có bao giờ được yên ổn đâu! Mọi phập phồng, sợ hãi, mọi lo âu, đớn đau và ân hận luôn dày vò tâm khảm! Vì họ vẫn là con người, nhưng là con người đầy mặc cảm, đầy chán nản và sống một cách không tự nhiên vì thiếu tự tin!

Đã vậy lại còn bị người đời khinh khi, xã hội ruồng rẫy thì họ còn biết bám víu vào đâu để sống? Trong số những người có tội đó, cũng có rất nhiều người biết ăn năn, sám hối vì muốn Cải Tà Qui Chính.

Do đó họ cần mọi khích lệ và cần những chiếc phao cứu vớt! Nhưng tiếc thay phao vớt không có, mà chỉ thấy những phũ phàng. Tỉ dụ như câu chuyện thật dưới đây đã và đang xảy ra hàng ngày ở khắp mọi nơi, và ở ngay tại đất Hoa Kỳ này: Có những người tù được phóng thích từ các trại giam, khi ra khỏi tù với xấp hồ sơ có "Án" trên tay, đem đi xin việc thì họ đều bị nhìn bằng con mắt coi rẻ, coi khinh. Vì ít có ai muốn mướn những người đã bị mang án tù. Cũng đôi khi có người may mắn, xin được việc làm thì số lương lại quá thấp mà còn bị kỳ thị, bạc đãi, và hành hạ.

Với những sự kiện không từ bi và không ai có trách nhiệm như vậy, đã vô tình xô đẩy họ trở lại con đường tội lỗi cũ, để rồi càng xa lầy sâu hơn, và lại tiếp nối con đường vào tù ra khám suốt cuộc đời!

Đây chỉ là một trong muôn ngàn câu chuyện của những người có tội đã bị trừng phạt, đã bị tù nhưng ít được tha thứ mà hiện tại ai cũng có thể nhìn thấy nhan nhản hàng ngày trong xã hội. Ngoài ra còn nhiều hoàn cảnh và mọi tội lỗi khác nhau như tội ngoại tình, tội bán nước, tội giết người, những tội ác lén lút chưa bị đưa ra ánh sáng v.v... Những tội này đương nhiên là khó tha thứ! Tuy nhiên cũng nên tùy tội mà trừng phạt, tùy thời gian hối cải, tùy sự ăn năn thật hay giả của họ. Tùy môi trường, tùy hoàn cảnh của từng người mà có sự tha nhiều hay tha ít, hay hoàn toàn được tha, nghĩa là chúng ta nên uyển chuyển, thông cảm và hiểu biết, chẳng nên quá chấp chặt, để rồi không thể nào mở lòng từ bi, hỷ xả, tha thứ cho những người có tội với riêng mình hay với những ai khác. Lẽ dĩ nhiên, ai gieo gió thì phải gặt bão, gieo Nhân nào thì gặt Quả ấy, ai tội nào thì phải trả Nghiệp Báo của tội nấy. Nhưng khi những người có tội đã hiểu và đã thật Tâm muốn tu sửa, thì tại sao chúng ta không mở rộng tấm lòng từ bi hỷ xả cho họ thêm một vài cơ hội nữa để có đủ thời gian chuyển hóa, hối cải trong quãng đời còn lại của họ?

Với cái Tâm lúc nào cũng luôn hỷ xả, tha thứ, thì chính là chúng ta đang tu hành để cứu mình, cứu đời, cứu người, và cũng là đang giải thoát khỏi cái tư niệm cố chấp. Cái tư niệm này là niệm phân biệt rất kiên cố, đầy vô minh, chính là nguyên nhân khiến chúng ta không thể nào an lạc và giải thoát được.

Hỷ Xả

Đã là con người, hỏi ai không có tội?
Tội ít, tội nhiều, tội suốt cả đời tôi!
Nhưng tội trước thật sám, lỗi sau cải hối
Hỏi người người, ai nỡ chẳng thứ tha thôi?

Cứ tu đi, Thân Tâm này lo sửa đổi
Chuyển hóa được rồi, vi diệu chẳng xa xôi
Đừng hổ thẹn, cũng đừng phiền hà quá khứ
Chỉ tu thôi, là sẽ thấu triệt tuyệt vời

Hỷ Xả

Ai chấp chặt, không tha người đang mang tội?
Ai tâm tư, còn khe khắt mãi không nguôi?
Ai thấy lỗi người, không thể nào phai phôi?
Là tự buộc trói mình trong mê, và rắc rối!

Tương ứng với tội, hình phạt lĩnh đủ rồi
Ai cũng khinh, xã hội ruồng rẫy thương ôi!
Không khích lệ, không cơ hội, cải tà quy chính
Phải vô tình, ta xô người vào vực thẳm xưa thôi!

Độ lượng, bao dung, nụ cười nở trên môi
Từ bi tâm biểu lộ, rộng mở sáng ngời
Đạo ngay đây, còn tìm đâu trong mê tối
Hỷ xả chính mình, là tha thứ người ơi!

Chấp chước làm chi, khi người quỳ hối lỗi!
Và: Tự phạt suốt đời, cái chết cũng buông trôi
Nhất niệm vô minh, biết quay về hướng thiện
Tướng cướp buông dao, là cũng được tha thôi!

Hỷ Xả

Thân Phận Những Người Tù

*Nếu tôi là Chính Phủ
Tôi lưu ý tới Tù
Cũng có người cải hối
Ngoan cố kẻ si ngu*

*Thôi thì lo đầy đủ
Khi họ ra khỏi Tù
Huấn nghệ mọi tầng lớp
Đạo đức khuyến học Tu*

Hỷ Xả

*Mở kỹ nghệ mướn Tù
Với đồng lương vừa đủ
Để họ không tủi hổ
Với xấp hồ sơ Tù*

*Với xấp hồ sơ Tù
Xin việc thì bị "trù"
Người khinh khi không mướn
Nguyên do trở lại Tù*

*Tội nghiệp những người Tù
Đôi khi cũng muốn Tu
Và ăn năn cải hối
Nhưng mọi nơi đều "từ"*

*Xã hội ruồng bỏ ư ?
Người người coi như thù
Nương thân không nơi chốn
Nên em trở về Tù!*

Vu Lan

Hỏi còn gì quý báu và cao đẹp hơn tấm lòng hiếu thảo của con cái đối với cha mẹ.

Đã nói về lòng hiếu thảo thì không thể nào chúng ta không nhắc đến đức Mục Kiền Liên thời Đức Phật, một gương đại hiếu, toàn vẹn về cả Đời lẫn Đạo! Lòng cực hiếu thảo ấy bất diệt muôn thuở, đã và sẽ còn tồn tại mãi mãi trong những người con hiếu thảo. Nếu không được như vậy, thì cũng nên noi theo gương tuyệt vời ấy, thì mới mong có ngày trọn bề chữ hiếu được. Tại sao vậy?

Chúng ta ai cũng thừa biết là ai cho thân mình, ai cho máu, cho thịt, cho xương, cho răng, cho tóc mình, ai cho mình bú mớm, ai nuôi nấng mình cực khổ trăm bề cho đến khi khôn lớn, rồi lại vẫn còn phải lo làm sao cho mình có ăn, có học, có nghề và dựng vợ, gả chồng? Thậm chí có những bậc cha mẹ đã tròn bổn phận đối với con, lại tiếp tục lo đến cháu! Ôi bao mồ hôi, bao nước mắt, bao xương máu, bao tiền bạc, bao sức lực đã dốc hết cho con!

Không một ai trong chúng ta không biết rằng cha mẹ là những người chung thủy, tận tụy, bao dung nhất trên đời: vì cha mẹ đã cho các con hết và cho đến không còn gì để cho nữa.

Đã hiểu thế thì nếu Đạo Hiếu ngay trước mắt, mà không thể trọn vẹn được, thì nói chi đến những chuyện mơ hồ, xa xôi kiếm Đạo gì? Và làm sao mà kiếm được!

Thật ra chúng ta có chẻ thân, đốt xác bao đời, bao kiếp cũng chẳng làm sao mà trả được cái công ơn trời biển ấy. Nói xa rộng hơn thì việc trả hiếu riêng cho cha mẹ thôi vẫn chưa đủ.

Thế còn ông bà, thầy tổ, đất nước, Trời Phật và muôn loài chúng sinh hữu tình, vô tình trong đời này cũng như hằng hà sa số không đếm được cha mẹ, thầy tổ... của chúng ta trong quá khứ thì sao? Thật là vô cùng nan giải!

Tuy nhiên, sự việc có phức tạp và khó khăn đến đâu, nếu chúng ta có lòng, thì cũng không trầm trọng gì cho lắm, vì tất cả chỉ do một lòng hiếu thảo, nhiều hay ít là tùy tâm mà theo gương đức Mục Kiền Liên. Nghĩa là dù gian khổ, cực nhọc, nguy hiểm đến đâu, vẫn một lòng tận tụy, chân thành, kiên nhẫn để báo hiếu cho cha mẹ hiện tiền, đồng thời cũng chính mình tự Tu một cách nghiêm chỉnh với những đức hạnh vừa kể, thì chẳng chóng thì chầy, sẽ có kết quả là "giác ngộ, giải thoát".

Khi kết quả được như thế, thì tự động chúng ta đã báo hiếu được cha mẹ đời này, cũng như Cha Mẹ bao đời trong quá khứ, và dĩ nhiên tất cả ông bà, Thầy Tổ, đất nước, Trời Phật, muôn loài, muôn vật... đều được trả hiếu đền ơn một cách vô cùng trọn vẹn, vì trong quốc độ của người giác ngộ thì:

Một là tất cả, tất cả là Một

Còn sự trả hiếu, đền ơn tương đối thì không mấy mỹ mãn, dù là trả bằng bất cứ cách nào như trả bằng tiền tài, bằng danh vọng, bằng công lao, bằng sự kính trọng, bằng lòng thương xót đến đâu, cũng vẫn chỉ là trả được trong muôn một; trừ phi, song song với tấm lòng chân thành, hiếu hạnh ấy, chúng ta còn phải noi gương đức Mục Kiền Liên mà thí phát đi tu và tu đến thật tuyệt đối rốt ráo, thì sự báo hiếu, đền ơn mới được rốt ráo, tuyệt đối y như vậy.

Nói như thế không có nghĩa là tất cả mọi người đều phải xuất gia đi tu, mà chỉ là tùy tâm thành và tùy hoàn cảnh, tu nhiều thì kết quả được nhiều, tu ít thì kết quả được ít, tu thật nỗ lực, kết quả sẽ được tuyệt đối cho nên mọi sự đều do chính chúng ta định đoạt. Tu hành có nhiều cách:

Tu tại gia
Tu xuất gia
Tu cách nào cũng đều đạt được mục đích tối thượng cả.

*

Vu Lan

Vu Lan, Vu Lan, nghĩa thật thâm sâu
Vu Lan, Vu Lan, đẹp tựa ngọc châu
Vu Lan biểu lộ:
"Lòng hiếu thảo, dạ ghi ân bất diệt,
Ơn mười phương, có sức sống nhiệm mầu"

Kìa: "Toàn một năng lực linh thiêng, vi diệu
Không sắc, sắc không, huyền diệu biết bao nhiêu!"
Muôn loài, muôn vật hòa nhịp sống đáng yêu
Động tịnh, âm dương cùng thể, tuyệt mỹ miều

Vu Lan dâng bông
Em cài đóa hồng
Anh cài bông sắc
Chị cài bông không

Vu Lan dâng bông
Bé cài bông vàng
Cô cài bông tím
Thầy cài bông không

Vu Lan

Không là sắc, sắc chẳng khác không
Hoa là không, Hoa cũng là sắc
Hoa là sắc, sắc chính là không
Sắc cùng không đồng thể mênh mông

Ồ: "Phải chăng chỉ đồng một đóa chân không?"
Ôi tuyệt vời thay là không, sắc, dung thông
Vũ trụ ngay em, này: "Âm dương đồng nhất"
Mẹ, hoa, em, này: "Cùng thể thật mênh mông…"

Này này:
Dịu mát, chan hòa vi diệu thay!
Cành hoa vẫn đấy, ngay trên tay
Muôn mầu sắc, và không mầu sắc
Cha chẳng đi đâu, Cha vẫn đây

Mẹ chẳng đi đâu, mẹ cũng đây
Ngay trên ngực áo, cài hoa ấy
Hoa nào, mầu nào mà chẳng vậy
Hóa hiện, nhiệm mầu, ai có hay?

Vu Lan

Hiếu Đễ

Em thương yêu Mẹ Cha
Nhớ ơn từng Sát Na
Công sinh cao hơn núi
Công dưỡng hơn Biển sâu

Mẹ Cha cho Thân này
Có sáu Căn ngay đây
Mới hiểu thấu nghĩa Đạo
Thể, dụng thật đủ đầy

Thể hiện trong từng giây
Ngay trên Thân em đây
Mọi việc đều siêu việt
Nhờ Thân hiện hữu này

Em thương yêu Mẹ Cha
Vất vả từng Sát Na
Cho con từng giọt máu
Ai mà không xót xa!

Vu Lan

Mẹ

*Nhắc đến mẹ yêu, ai chẳng rưng rưng
Giọt lệ càng nén, càng sa, chẳng dừng ...
Khi hiếu đễ, nhiều khi không phải thế
Nên xót xa, hối hận mãi, không ngưng*

*Lệ lưng tròng, mẹ bày tỏ não nùng
Chua xót nào, so cõi đời thua thắng!
Có những lúc, giông bão đời cay đắng
Mẹ âu sầu, con thấy tim rụng, trời rung*

*Mắt nhung huyền, mẹ biến sắc đỏ, sưng
Mà mình tưởng như gan bào, ruột thắt
Con hư dại, mẹ càng thêm héo hắt
Khi thảo ngoan, thoáng một chút tủi, mừng*

Vu Lan

*Mộng với ảo, nên sáng tối chẳng đừng
Chấp làm chi, trò múa rối lung tung
Dù cuộc đời đầy não nùng, mưa nắng
Huyễn hóa mà thôi, dối gạt mông lung*

Con nhỏ nhẹ:
*"Mẹ! Mẹ ơi! Đừng hãi hùng huyễn mộng
Sóng gió nào, cũng chỉ đóa chân không
Hỡi những ai! Dù ngoan hay bất hiếu!
Đừng phạt mình, vì mẹ vẫn dung thông"*

Mẹ thì thầm:
*"Phải **sắc**, **không** đồng thể, thật mênh mông?
Mẹ vẫn đây, từ ngọn cỏ, bông hồng ...
Vẫn nơi con, dù việc nhỏ, việc lớn
Ngủ, nghỉ, ăn, làm, nào có rỗng không?"*

Đóa Hoa Cài Áo

Chúng ta đang ở trong thế giới tương đối, thì đương nhiên phải bị ảnh hưởng bởi đời sống đầy khái niệm tương đối này trong suốt cuộc đời.

Với những khái niệm đang chấp từng cảnh giới tương đối hiện hữu là thật có, nên lúc nào chúng ta cũng bị đắm chìm trong mọi ý niệm phân biệt hình tướng, danh từ và lời nói, toàn là **Nhị Biên Tương Đối**.

Thật vậy, suốt cả cuộc đời hầu như chúng ta hoàn toàn bị chi phối bởi cái ý niệm kiên cố của **Nhị Biên Tương Đối** đó, nên lúc nào chúng ta cũng bị sống trong cảnh tốt/xấu, có/không, cao/thấp, sang/hèn, yêu/ ghét, sinh/tử !

Cũng vì chấp thật tất cả mọi thứ như thế, nên mới có sinh, có tử, rồi ngay cả những bông hoa vô tội cũng bị liên hệ mang ý nghĩa này, ý nghĩa kia! Vô tình chúng ta đã ngộ nhận **Thật Tướng của Vạn Pháp**.

Sự thật trong Đạo Pháp thâm sâu, Đệ Nhất Nghĩa Đế thì mọi mất còn, sống chết không ảnh hưởng gì đến Phật Pháp, vì Chân Tâm, Phật Tính không tùy thuộc vào sinh tử! **Nó** siêu việt Nhị Biên tương đối, **Nó** siêu việt vũ trụ vạn vật, nhưng **Nó** lại không tách rời mọi hình tướng, muôn hình vạn trạng của Vũ Trụ Thế Gian này.

Nghĩa là Chân Tâm Phật tính đó ở ngay muôn loài, muôn vật, tức ở ngay chúng ta!

Nếu sự thấu hiểu và niềm tin được Tuyệt Đối, thì chúng ta sẽ biết chắc rằng ông bà, cha mẹ, cửu huyền thất tổ và cả những đóa hoa đều đang cùng một Lý Sự Vẹn Toàn y nghĩa ấy!

Chúng ta đón nhận những bông hoa vi diệu **muôn mầu sắc và không mầu sắc** này, để cài lên áo trong những ngày lễ Vu Lan, để nhận ra rằng những đóa hoa mà chúng ta đang cài đó, **Nó** chính là hoa, **Nó** chính là chúng ta, và **Nó** cũng chính là Cha Mẹ Cửu Huyền Thất Tổ.

Bởi vì chính trong Kinh **Bát** Nhã, Đức Phật đã dậy rằng:

> Pháp **Giới Dung Thông,**
> **Sắc Không Đồng Nhất**

Cho nên:

> **Một là Tất Cả, Tất Cả là Một**

Có nghĩa là chúng ta và vạn vật trong vũ trụ cùng chung một Chân Tính (Phật Tính.)

Chân Tính (Phật Tính) này không bao giờ rời vạn Pháp Thế Gian:

> **Phật Pháp không rời Thế Gian Pháp**

Do vậy mà Kinh Bát Nhã đã dậy rằng:

> **Sắc chính là Không, Không chính là Sắc**
>
> **Tính là Tướng và Tướng cũng là Tính**
>
> **Thân là Tâm và Tâm cũng là Thân**

Vì thế mà:

**Tính là Hoa và Hoa cũng là Tính
Hoa là Tính và Tính cũng là Hoa**

**Tính là Cha và Cha cũng là Tính
Cha là Tính và Tính cũng là Cha**

**Tính là Mẹ và Mẹ cũng là Tính
Mẹ là Tính và Tính cũng là Mẹ**

Có như thế mới chứng minh được:

Một là Tất Cả và Tất Cả là Một

Và cũng là đã chứng minh được, tại sao chúng ta lại dám nói: "Đóa Hoa đang cài đó là Mẹ, và chính Đóa Hoa đang cài đó lại cũng là Cha!"

Thưa quí vị,

Tất cả cũng chỉ vì Chân Tính ấy, Phật Tính ấy quá ư **siêu việt**! Nhưng cho dù Chân Tính ấy có thiên biến vạn hóa đến thế nào chăng nữa? thì Chân Tính ấy, Phật Tính ấy vẫn không hề bị ô nhiễm bởi cái **Tâm Thức vô minh, nhị biên tương đối** của chúng ta! nó luôn luôn chấp thật, chấp giả, và nó luôn luôn gán ghép cho muôn cảnh, muôn vật vi diệu, nhiệm mầu hiện hữu trước mắt là thế này hay là thế khác!

Nhưng có biết đâu, với cái **Tâm Thức vô minh** ấy, chẳng có một chút liên hệ gì đến Chân Như Phật Tínhcả! Vì Chân Tính này lúc nào **Nó** cũng vẫn bất biến thường hằng vắng lặng, thường hằng chẳng động, thường hằng tự tại… Bởi thế mà Chân Tính đó, Phật Tính đó không hề biến mất khi chúng ta chết, và **Nó** cũng không hề phải tái tạo khi chúng ta sinh ra. Cho nên những bông hoa này đương nhiên nó không phải là mầu sắc của tang tóc hay không tang tóc.

Vu Lan

Dâng Hoa

Hoa này con tặng mẹ
Cùng bông ấy dâng cha
Mẹ chính hoa xinh đó
Cha chính đài bông nha
Con thường là hoa ấy
Chúng ta chung một nhà

Vu Lan

Vẫn hoa này con dâng
Dâng thầy với non sông
Dâng đồng đều pháp giới
Dâng vũ trụ mênh mông
Con dâng cả Chân Không
Chúng sinh mười phương Phật
Là tuyệt đối chân thật
Dâng trọn vẹn tay không
Cùng Thể, đồng dung thông
Đồng Thể, cùng dung thông

Cha

Tất cả mọi người chúng ta ở Thế Gian này, chẳng ai là không có Cha Mẹ, cũng chẳng ai lại không biết có Cha Mẹ mới có mình, và công ơn Cha Mẹ thật cao rộng như Trời Biển...

Nay chúng ta thử đem so sánh cái công lao giữa người Cha và người Mẹ xem ai cho chúng ta những hy sinh, xương máu và sức lực nhiều hơn?

Xin thưa ngay rằng: "Không một ai có thể so sánh cái công lao trời biển, không ngần mé này, hỏi cái nào cao rộng hơn cái nào? Vì cả Cha lẫn Mẹ đều đã cho chúng ta hết tất cả những gì Quí Ngài có trong cuộc đời. Vâng, Cha Mẹ đã cho và cho đến không còn gì để cho nữa! Cho một cách Tuyệt Đối và hoàn hảo từ vật chất đến tinh thần."

Nhưng cũng có một điều hơi lạ là người Á Đông chúng ta thường ca tụng và tán dương về người Mẹ nhiều hơn là người Cha! Phải chăng là khi nói về người Mẹ, thì chúng ta có một cảm xúc rất mạnh mẽ và gần gũi Mẹ hơn? Vì tình thương yêu của Mẹ tràn trề, luôn biểu lộ qua ánh mắt, qua lời nói, qua những hành động dịu dàng, ngọt ngào, qua những sự bao dung, chịu đựng, những tận tụy, kiên trì, những chung thủy và hy sinh... Với những đức hạnh ấy, khiến chúng ta dễ cảm hứng để mà viết lách, để mà sáng tác văn thơ.

Còn khi nói về người Cha thì chúng ta đều có chung một cảm tưởng rằng: "Không phải là hầu hết, nhưng phần đông các Ông Cha đều cứng rắn và nghiêm khắc, mặc dầu trong lòng rất thương yêu con, nhưng tình thương yêu ấy vô cùng kín đáo, ít được bộc lộ!". Bởi thế cho nên khi nhắc đến người Cha thì chúng ta thường mường tượng ngay ra một người Cha với những đức tính như: sự mạnh mẽ, lòng cứng rắn, chí cương quyết, tính nghiêm khắc, đức can đảm, hy sinh, cùng chí khí, hào hùng...

Là những người con, chúng ta cần sự ngọt ngào, tươi mát của Mẹ, nhưng chúng ta cũng rất cần những đức tính đáng được tôn kính của người Cha như đã kể ở trên, để hun đúc chúng ta thành những con người tuyệt vời, có đầy đủ những đức tính cần có cho cuộc sống, về Đời cũng như về Đạo.

Để tán dương và tri ân công lao cao như núi, sâu như biển của tất cả những người Cha kính yêu; Chúng con xin khấu đầu đỉnh lễ và tán tụng Cha qua bài Thiền Ca "CHA".

*

Cha

*Cha ơi cha, cha chính là Phật sống
Tâm cha tròn đầy, sâu rộng mênh mông
Lòng thương con, cha tát cạn biển Đông
Dù phải chết, miễn con mình được sống*

*Cha ơi cha, cha chính là sức sống
Vi diệu, nhiệm mầu hóa hiện thân con
Tận tụy, bao dung, lòng dạ sắt son
Gì sánh được với công lao vô ngần mé ấy!*

Cha

Cha con ta cùng một sức sống
Cha cùng con nối dõi tổ tông
Thân mạng con, cha cho, cho hết
Khổ trăm chiều, cha chẳng quản công

Cha công sinh, mẹ công nuôi dưỡng
Cha là rường cột, mẹ mái nhà
Cha cho xương tủy, mẹ máu da
Cha bôn ba, mẹ cùng tần tảo

Lòng hiếu thảo, hỏi chi so được?
Đức hy sinh, can đảm là cha
Cùng chí khí, cha hun đúc ta
Hỷ xả bao dung, cha truyền tiếp

Phải ngay con, cha là tất cả?
Cũng ngay cha, tất cả là con
Chúng ta đồng vũ trụ, nước non
Đồng sinh lực, cùng đồng sức sống.

Mẹ

Chúng ta dù là ai chăng nữa, thì cũng đều là những đứa con của Mẹ. Tùy hoàn cảnh từng cá nhân, người thì Mẹ còn hiện hữu, kẻ thì Mẹ đã khuất bóng.

Bởi thế, khi nhắc đến Mẹ là ai cũng có những cảm xúc riêng tư hoặc vui buồn, hoặc ngậm ngùi, hoặc hối tiếc, xót thương... Dù chúng ta là những người con hiếu hạnh hay ngỗ nghịch, nhưng với Mẹ thì con ngoan hay con hư, Mẹ cũng vẫn thương yêu, đùm bọc, bảo vệ hết mình. Mẹ đã cho và cho con tất cả những gì Mẹ có trong cuộc đời của Mẹ, nghĩa là Mẹ cho tuyệt đối từ vật chất đến tinh thần, từ thô tới tế, cho đến từng giọt máu, từng hơi thở, cho một cách Ba la Mật như một Vị Bồ Tát, một Vị Phật! Mẹ chẳng hề bao giờ than thở, kể lể những công lao gian khổ, những cần cù, can đảm và hy sinh mà Mẹ đã dành cho con.

Quả đúng như thế, Mẹ đã cho tất cả, cho đến không còn gì để cho nữa!

Vậy Mẹ là ai? Phải chăng Mẹ là Vầng Trăng Tròn Vi Diệu hiện hóa nơi đây để dìu dắt, uốn nắn, dậy dỗ chúng con?

Mẹ đã đem cái Chân Lý Tuyệt Đối nhất, thực tế nhất, chân thật nhất, qua hình hài và qua mọi hành động vuông tròn nhất của một *"Người Mẹ"* vừa là Thế Gian cũng vừa là Đạo Pháp, để trực tiếp giáo hóa các con từ Đời tới Đạo, từ Tương Đối tới Tuyệt Đối.

Mẹ

Trong Lăng Nghiêm Kinh:

"Tính là Tướng, Tướng cũng là Tính"

À, thì ra như một đồng tiền có hai mặt.

Nhìn về mặt Đời, tức mặt hình tướng thì Mẹ chỉ là người Mẹ hiền, trong hình hài bình thường của Thế Gian với nhiệm vụ, và trách nhiệm thật vẹn toàn đối với các con!

Nhìn về mặt Đạo, tức mặt vô tướng thì nhiệm mầu thay, cũng vẫn chính hình hài này, Mẹ lại là Vầng Trăng Tròn Vi Diệu, sống động, tuyệt vời nhất đang hiện hữu nơi đây trong từng sát na, với mọi hy sinh, can đảm, tận tụy, từ bi và thương yêu chẳng khác gì Vầng Trăng Tròn Đầy vừa tịch tĩnh, lại vừa trong sáng và trọn vẹn hữu dụng cho đời, cho Đạo.

Bằng cả Thân Tâm tuyệt diệu ấy, Mẹ đã mở con mắt Tâm cho chúng con trực nhận ra rằng Vầng Trăng Tròn Vi Diệu đó là Mẹ và nó cũng chính là chúng con, cùng muôn loài, Vũ Trụ Vạn Vật, vì:

Một là Tất Cả
Pháp giới dung thông
Sắc Không đồng nhất
Tính Tướng y nhau

*

Mẹ

Người Là Ai?

Mẹ là năng lượng ấm, tràn ngập thân con
Mẹ là suối nước, nước tươi mát ngọt ngon
Mẹ là gió, gió nhẹ, lùa trên mái tóc
Mẹ là đất, dinh dưỡng, muôn loài ghi ơn!

Thân Mẹ mênh mông, vũ trụ, trời xanh, ngần mé nào là chót?
Tiếng hò Mẹ, suối reo vang, sóng bể đàn, chim trời ca hót
Lời Mẹ ru hay khúc nhạc hòa, khi bổng, khi trầm, khi thánh thót
Ôi bàn tay! Bàn tay huyền diệu, Mẹ biến hóa đại địa, sơn hà ...

Huyễn hóa Sắc Không,
              sao Mẹ khéo thêu dệt mãi chẳng hề ngưng?
Nụ cười tươi, là chính hoa sao trời lấp lánh, nở tưng bừng
Mắt thái dương, muôn tia nháy, Mẹ đùa trêu con, đầy hóm hỉnh!
Vầng trăng tròn, trí sắt son, Mẹ dõi theo con mãi không dừng

Khuôn mặt Mẹ, vừa bình thản, cũng vừa đầy sống động
Hoa vẫn cười vui, mà vẫn tĩnh lặng, lặng như không
Y giọt nước này, Ồ! ta hãy chăm chú nhìn trông
Dung nhan Mẹ hay con, hỏi làm sao mà phân biệt?

Mẹ

Cùng cấp chân chung, hỏi ai đang cùng đi, cùng bước?
Đi trước, bước sau, hay chúng ta cùng chung một lượt?
À vẫn y trang, từ lúc Cha Mẹ chưa hề sinh
À vẫn y trang, vì sóng nào mà không là nước!

Đừng sợ hãi, mà cũng đừng sửng sốt
Ai vừa thốt một tiếng "Mẹ" rồi im?
Người là ai, mà bí mật, im lìm?
Là Mẹ, là con, phải chúng ta cùng bật nói?

Nếu quả thế, thì hết rồi bối rối
Vu Lan này, chẳng còn khóc lôi thôi
Dù đỏ, trắng, bông hồng nào chẳng thế
Mẹ, hoa, tôi, cùng đồng Thể mà thôi

Ai đang cài đóa hồng trên ngực áo?
Ai đang nhìn hoa mỉm miệng cười tươi?
Gặp mặt thôi, mà thật chưa biết người!
Cố gắng nhé, tầm cho ra người ấy

Công Án:

Tôi Là Ai?

Tôi là Ai? Tôi Là Ai? Là Ai? Là Ai? Ai? Ai?
Là Ai? Là Ai? Là Ai?
Ai? Ai? Ai?...

Mẹ

Mẹ tôi đây, là đúng Mẹ Việt Nam
Cực khổ tận cùng của nghĩa lầm than
Tận tụy lo chồng, lo con đông dại
Lặn lội thân cò, nước mắt chứa chan

Bẩy nổi ba chìm, xé nát tim gan
Cương quyết một lòng, không than chẳng ngán
Ngoại ngữ Tầu, Tây, Thổ, Mèo, Mường, Mán
Sao tài tình, Ôi! người Mẹ Việt Nam

Mẹ

Laokay, Chapa, ngoài Bắc, trong Nam
Hậu Phương, Miên, Lào, Cam Bốt, Thái Lan
Nhan sắc phai tàn, gót son mòn mỏi
Vai gầy gánh nặng, khắp chốn gian nan!

Dưỡng nuôi người già, cưu mang kẻ nạn
Hiểm nguy không quản, cho hết tâm can
Cứu giúp muôn loài, đất rung trời chuyển
Sức lực tiêu mòn, tột nghĩa đa đoan!

Một tủ Kinh đầy, chiều tà bóng ngả
Gia tài Mẹ đây, nhớ nhé chia nhau
Y theo Chính Pháp là hết khổ đau
Giác Ngộ chính con, ân đền nghĩa trả

Lễ Tạ Ơn

Trong cuộc đời của một con người chẳng ai lại không phải trải qua những dâu bể thường tình là những đắng cay ngọt bùi, sướng khổ, yêu ghét, được thua, mất còn, ân oán?

Và đã là con người thì ai cũng có những cá tính thiện/ác. Ác nhiều là người vô luân thường, vô đạo đức, không cần biết đến hiếu hạnh, ân trả, nghĩa đền, mà chỉ biết hận thù, ích kỷ, ghét ghen, thủ đoạn, ác độc, để rồi lấy oán để trả ân.

Trái lại người có cá tính thiện nhiều thì lấy ân để đền oán và ngày nào, giây phút nào của họ cũng là hiếu hạnh, là đền ơn, là đáp nghĩa. Hay nói một cách khác với những thiện nhân này thì giây phút nào chẳng là Lễ Vu Lan, là Lễ Tạ Ơn và cũng là Lễ Bố Thí Cúng Dường.

Vì cuộc đời tương đối với hai mặt thiện ác của con người là như thế cho nên chúng ta mới có những:

> Thánh Nhân ra đời với bao điều Đạo Lý được nêu rõ ra, và nhiều điều lệ được dựng lên cùng những truyền thống để nhắc nhở, dạy dỗ, và hướng thiện con người.

> Các Vị Bồ Tát, Phật Tổ thị hiện với những Kho Tàng Bảo Pháp sâu rộng mênh mông không ngoài việc *Thức Tỉnh Muôn Loài* ra khỏi si mê, chìm đắm trong tương đối thiện/ác, sinh/tử ấy.

Do những Truyền Thống đã được đặt ra cho nên mới có những buổi Lễ Lạy hàng năm. Tuy danh từ của các buổi Lễ với tính cách hiếu hạnh, tạ ơn, kỷ niệm có khác nhau nhưng chúng lại đồng nghĩa và đồng lý y như nhau, nên dù là Lễ Vu Lan, Lễ Tạ Ơn hay Lễ Bố Thí Cúng Dường cũng vẫn chỉ là Một. Tại sao "Bố Thí Cúng Dường" lại đồng nghĩa với "Lễ Tạ Ơn"? Vì bất cứ một buổi Lễ nào mà không có vật dụng để dâng lên cúng dường thì làm sao mà thành một buổi lễ cho được?

Điều quan trọng là trong khi thi hành mà không được chân chính hoặc làm ngược lại với ý nghĩa của nó, thì kết quả chẳng được gì mà còn tạo thêm tội lỗi và sẽ không sao tránh khỏi Nghiệp Báo. Do lẽ đó trước khi hành động một việc gì dù nhỏ, dù lớn chúng ta nên suy nghĩ cho chính chắn, hiểu cho tường tận để hành động đúng đắn mà tránh mọi ân hận và những hậu quả vô lý vì sự vô ý thức của chính mình.

Đã gọi là Lễ Tạ Ơn thì đương nhiên phải làm sao cho đúng với tinh thần là thể hiện được đúng nghĩa về cả Lý lẫn Sự của nó.

Tạ Ơn có muôn ngàn cách, nhưng với cách nào cũng nên tròn đầy, trong sáng như một vầng trăng cho từng môi trường, từng hoàn cảnh cũng như sự liên hệ của Ta và Đối Tượng với Ta.

Với cách Tạ Ơn vẹn toàn, sáng đẹp như thế thì dĩ nhiên không thể nào ra ngoài được sự Kính Trọng Chân Thành, Từ Bi, Bình Đẳng và Khiêm Cung; Đó là cách Tạ Ơn có Trí Tuệ.

Ngược lại Tạ Ơn với sự Vô Ý Thức như mua bán đổi chác, Tạ Ơn với hành vi khoe khoang tự đắc, Tạ Ơn cho có lệ vì bổn phận, Tạ Ơn với vẻ coi thường, coi khinh, Tạ Ơn làm đau lòng người, Tạ Ơn làm tổn thương người và vật, thậm chí Tạ Ơn bằng sự sát hại, lấy mạng chúng sinh để mà Tạ Ơn nhau như ngày "Lễ Tạ Ơn" hôm nay, hỏi còn gì mỉa mai và đau xót hơn cho cái ý nghĩa của "Lễ Tạ Ơn" này? Thật là một hành động dã man, vô nhân đạo, vô đạo đức và hoàn toàn vô minh! Cho nên với bất cứ ai đã lỡ có những hành động quái ác đó thì đều cần được học hỏi rất nhiều để *Cải Tà Qui Chính* mà trở thành Thiện Nhân, biết *Thương Người Như Thương Mình*, biết trân quí, thương xót và biết ơn muôn loài, muôn vật vì sự sống còn của chúng ta không thể thiếu sự liên hệ mật thiết với Vũ Trụ Vạn Vật này được!

Tại sao chúng ta lại thiếu suy tư, không chịu đặt địa vị của chính mình vào những vị heo, bò, gà, vịt ... nhất là triệu, triệu những vị gà tây đã và đang bị giết chóc một cách dã man, đau đớn, thống khổ vô cùng vô tận không bút nào tả xiết?

Ở đời hỏi ai lại không trân quí thân mạng của mình? Tất cả chúng ta đều muốn sống, không muốn những nước mắt, đớn đau, chết chóc thì họ cũng muốn y như chúng ta vậy. Họ không muốn chết, ngay cả những sinh vật nhỏ bé nhất, như những con sâu, cái kiến! Là loài người thông minh hơn loài vật nên chúng ta đã ăn hiếp, bắt nạt, đem thân mạng của họ ra mà mua bán, đổi chác, giết hại để thủ lợi cho mình mà quên đi sự xin phép xem họ có bằng lòng hay không.

Sự việc ác độc sát sinh này làm rúng động Đất Trời! Ai tự gieo gió thì phải gặt bão. Ai tự tạo nghiệp nào thì sẽ tự chiêu cảm để *thọ lãnh nghi p quả* ấy! Còn nếu không muốn những nghiệp báo sinh tử đó nữa, thì chính chúng ta phải tự cứu chúng ta bằng cách sám hối, thề bồi, xin ngưng và không còn bao giờ làm những hành động vô minh điên đảo, tội lỗi ấy nữa thì mới xong.

Tóm lại như đã nói ở trên, Lễ Vu Lan, Lễ Tạ Ơn, Lễ Bố Thí Cúng Dường có muôn ngàn cách, trừ những cách quá vô minh còn ngoài ra tùy hoàn cảnh dùng cách nào chăng nữa mà đều bằng một cái Tâm Kính Cẩn, Chân Thành, Khiêm Cung, Tinh Khiết thì những vật dụng được dùng để Tạ Ơn ấy, dù là vật chất hay tinh thần cũng đều đã đầy đủ ý nghĩa cho một buổi Lễ Tạ Ơn rồi. Miễn sao chúng ta *đừng có ý ní m trụ chấp* trong việc Tạ Ơn, là đem so sánh các món vật dụng đang được dùng để làm Lễ ấy là to hay nhỏ, nhiều hay ít, quí giá hay vô giá, sang trọng hay nghèo nàn... Đúng thế, chúng ta đừng phân biệt, cũng đừng so sánh gì cả, thì việc Tạ Ơn sẽ tự Vô Ngã và cũng tự "Ba La Mật". Đó là cái Phúc Báu cùng khắp Hư Không; cái Phúc Báu Vô Lậu này dù không cầu mong nó vẫn cứ tự động đến với chúng ta.

Đấy là sự Bình Đẳng tuyệt vời vi diệu thậm thâm của Chân Lý. Vậy thì tất cả những ai có tấm lòng chân thành, nhưng ở trong cảnh bần hàn thì cũng không còn phải tự ti mặc cảm với những món quà đơn sơ được dùng trong những buổi Lễ Tạ Ơn như: Một Nén Nhang, Một Đóa Hoa, Một Đỉnh Lễ, thậm chí Một Ánh Mắt hay Một Nụ Cười thôi cũng là đã quá đầy đủ không còn một sơ hở nào để phải áy náy nữa.

Hôm nay:

Bằng một Nén Tâm Hương cũng là một Đóa Hoa Tâm chúng con xin Kính Dâng lên Chư Phật Tổ, Chư Bồ Tát, Chư Hiền Thánh Tăng để Tạ Ơn.

Bằng một Nén Tâm Hương cũng là một Đóa Hoa Tâm chúng con xin Kính Dâng lên Tổ Tiên, Ông Bà, Cha Mẹ Cửu Huyền Thất Tổ, cùng các Vị Thầy, các Vị Thiện Tri Thức để Tạ Ơn.

Bằng một Nén Tâm Hương cũng là một Đóa Hoa Tâm chúng con xin Kính Dâng lên họ hàng Nội Ngoại, Bạn Bè Thân Sơ, Kẻ Ân, Người Oán để Tạ Ơn.

Bằng một Nén Tâm Hương cũng là một Đóa Hoa Tâm chúng con xin Kính Dâng lên các Vị Anh Hùng, Liệt Sĩ, các Vị Anh Thư, các Vị Chiến Sĩ Vô Danh Hữu Danh, đã và đang hy sinh cho Lý Tưởng Quốc Gia Dân Tộc để Tạ Ơn.

Lễ Tạ Ơn

Bằng một Nén Tâm Hương cũng là một Đóa Hoa Tâm chúng con xin Kính Dâng lên Muôn Loài, Muôn Vật Hữu Tình, Vô Tình, Hữu Hình, Vô Hình để Tạ Ơn.

Bằng Một Nén Tâm Hương cũng là Một Đóa Hoa Tâm chúng con xin Kính Dâng lên để Tạ Ơn các Vị Heo, Bò, Gà, Vịt… nhất là các Vị Gà Tây đã và đang bị hy sinh, bố thí mạng sống của mình để nuôi mạng sống chúng sinh trong suốt Mùa Lễ Tạ Ơn, kéo dài đến Lễ Giáng Sinh, và Tết Tây…

Bằng Một Nén Tâm Hương cũng là Một Đóa Hoa Tâm chúng con xin nguyện cho Toàn Thể Chư Vị Quá Vãng, không phân biệt Tôn Giáo, Chủng Tộc, Nòi Giống, là Người hay Vật của Quá Khứ, Hiện Tại, Vị Lai đều được Siêu Sinh.

Bằng Một Nén Tâm Hương cũng là Một Đóa Hoa Tâm chúng con xin nguyện cho Toàn Thể Chư Vị Hiện Tiền được sức khỏe dồi dào, Thân Tâm Thường Lạc, Tinh Tấn Tu Hành để tiến tới Chân Thiện Mỹ.

*

Lễ Tạ Ơn

Chẳng gì so sánh, chẳng gì hơn
Lễ Vu Lan và lễ Tạ Ơn
Danh từ tuy khác, nhưng đồng nghĩa
Cao đẹp tuýt vời, ôi Lễ Tạ Ơn!

Cảm động làm sao,
        cùng khắp nơi nơi
Xa cách ngần nào cũng cố về thôi
Con, cháu, mẹ, cha, gia đình chờ đợi
Xum họp cùng cầu, đáp Lễ Tạ Ơn

Lễ Tạ Ơn

Ngày ấy rất linh thiêng
      hỏi ai không tu phúc?
Tạ ơn trời, người,
      Thượng Đế ngài đang ban nguyện ước
Tạ ơn muôn loài, muôn vật
      đất đá, cỏ cây
Tạ ơn cha mẹ, tổ tiên, ân sư, đất nước....

Nhưng chẳng chờ chi
Đến ngày Lễ Tạ Ơn
Mà sát na, giây phút
Đều làm vẫn hơn
Dù ở nơi nao?
      Chỗ nào
            Ta đều ghi ân như thế
Cũng đừng:
Sát hại sinh vật quá nhiều
Đó tột nghĩa Tạ Ơn

Mây Tan Trăng Hiện

Chúng ta dù là ai, người đã Kiến Tính hay người chưa Kiến Tính đều cần sự nỗ lực, kiên trì, can đảm và hy sinh để tinh tấn mãi không ngưng nghỉ trên con đường Tu Học thật chân chính thì mới mong *"Mây Tan Trăng Hiện"* tròn đầy được.

Mây ở đây có nghĩa là màn vô minh sâu dầy cùng với mọi tập khí của bao đời, bao kiếp hàng hàng, lớp lớp, chồng chất lên nhau thật kiên cố, rắn chắc như sắt, như thép đã chôn vùi mất *"Vầng Trăng Trí Tuệ"* sẵn có của mình, để rồi chúng ta phải trôi nổi bôn ba, Luân Hồi Sinh Tử mãi theo với những vô minh, tập khí ấy!

Vô minh là sự si mê, ngu muội
Tập khí là tham, sân, si, hỷ, nộ, ái, ố, ngạo mạn,
ích kỷ, ác độc, thủ đoạn, tranh đua, ghen ghét ...

Với tất cả những thứ vừa kể, chúng ta vô tình đã tự tạo và tự chiêu cảm cho chính mình một dòng Nhân Quả, Nghiệp Báo không bao giờ ngừng của Thiện/Ác, Ác/Thiện! Mà chỉ có Tu Hành đúng Chính Pháp, đúng phương pháp mới có thể chuyển hóa được cái Dòng Nghiệp Báo quái ác đó! Còn nếu chỉ là Tu đại khái, Tu theo lý thuyết thôi thì cho dù là lý thuyết chưa rốt ráo hay đã rốt ráo tột độ cũng vẫn chỉ là kết quả "suông", tương ứng với sự "Hành Trì Suông" ấy mà thôi!

Do đó, Lý Thuyết phải đi đôi với Thực Hành là làm sao cho Thực Hành và Lý Thuyết phải là một!

Đối với các vị đã Kiến Tính

Nếu chỉ là Ngộ Lý Thuyết thôi mà không chịu tiếp tục Hành Trì Công Phu và Thực Hành y như Lý Thuyết đã Giác Ngộ, thì mới chỉ là người đứng ở ngoài cửa ngó vào trong nhà! Có nghĩa là Hành Giả ấy chưa vào được cửa! Có rất nhiều người được một chút đã cho là đủ, tự vội ấn chứng cho mình! Nên cứ đứng ở ngoài ngõ mà khoa chân, múa tay, huênh hoang, tự đắc, ngạo mạn, ba hoa, chỉ là béo nói nhưng không chịu Thực Hành gì cả!

Còn những Hành Giả nào sau khi đã Ngộ Lý Thuyết thật sự rồi mà vẫn còn tiếp tục tinh tấn mãi, Hành Trì Công Phu mãi, để vừa Ngộ thâm sâu lại vừa thực hành y như những Lý Thuyết đã Ngộ, thì các Vị đó coi như đã mở được cửa và mon men những bước chân vào nhà!

Nhưng đi vào nhà ra sao?
Bước chân mới vào ngoài nhà?
Bước chân sâu vào trong nhà?
Hay đã bước tuốt vào từng phòng,
Đến tận bếp,
Cho tới các phòng vệ sinh và tới tận cả vườn sau?

Bước chân mới vào ngoài nhà Tức là sự Tu Hành có cả Lý Thuyết lẫn Thực Hành, nhưng chỉ là mới đại khái, không siêng năng, không tận tâm, không nỗ lực, không kiên trì mà lại còn giải đãi nữa!

Thí dụ: Hành Giả phải chấp tác (là làm việc) một công việc lau chùi, thì họ sẽ chọn lau chùi ở phòng thờ, phòng khách hay văn phòng làm việc, còn phòng vệ sinh thì tránh né để cho người khác làm! Mà ngay cái công việc họ đang làm (lau chùi) ở trong phòng khách ấy, cũng không đi vào chi tiết, mà chỉ là làm bao quát cho có lệ! Không chịu chùi lau vào từng góc phòng và những chỗ khuất... Vì họ nghĩ rằng có ai nhìn thấy đâu! Thật ra, cho dù không ai thấy chăng nữa, nhưng chính Phật Tâm của chúng ta thấy rõ hết!

Với những việc công quả chấp tác đã như thế, thì việc buông bỏ tập khí, sự đập ngã cũng sẽ y như vậy. Và những cách cư xử đối với muôn loài vật đương nhiên là không được Từ Bi, Bình Đẳng. Vì Trí Tuệ của Hành Giả bị giới hạn, bởi còn vướng mắc những mây mù của Ngũ Uẩn và của Tâm Thức Nhị Biên. Do đó sự Chứng Ngộ còn nông cạn. Mới chỉ là nhìn *"Thấy Tính"*, chứ chưa vào được cái Thực Hành thật sự để mà có được cái Thực Dụng!

Bước Chân Vào Sâu Trong Nhà Là vị hành giả có cả Lý lẫn Sự thâm sâu hơn, siêng năng chân chính hơn, tức Hành Giả đã đi được vào từng phòng, kể cả các phòng vệ sinh và những nơi, những chỗ nào khuất nhất, dơ bẩn nhất để quét tước, dọn dẹp, lau chùi, cho thật sạch sẽ, và sắp xếp mọi thứ cho có ngăn nắp, để trọn vẹn hoàn hảo từ A tới Z, nghĩa là không còn một chỗ nào sơ hở trong tinh thần của "Sạch, Gọn, Đẹp, Nhanh, và Mỹ Thuật". Đó là Lý Thuyết và Thực Hành đã được áp dụng một cách Tuyệt Đối. Cũng có nghĩa là Hành Giả đã thâm nhập triệt để và tự động sửa soạn ngồi vào *"Tòa Sen"* cho dù không muốn cũng không được!

Với các Vị Hành Giả này thì mọi chấp tác, từ việc lớn đến việc nhỏ, từ việc không quan trọng đến việc trọng đại đều là tùy cơ ứng biến thật tuyệt vời. Lúc nào cũng như lúc nấy luôn luôn có Sự Chú Tâm, có sự thu hút tuyệt đối trong mọi việc nên tự họ có hạnh phúc, có an lạc, có tự tại, có tươi mát thật sự. Đó là sự tận tâm, tận lực, kiên trì, bình đẳng, can đảm, hy sinh vẹn toàn trong mọi công việc đối với Đời, và cũng là đúng với Chân Lý Phật Pháp.

Vâng, mọi chấp tác mà được tỉ mỉ, tận tâm đến như thế, thì sự Hành Trì Công Phu, sự đập ngã, sự Tu sửa, sự buông bỏ mọi thói hư, tật xấu cũng sẽ được chi tiết y như vậy! Và đương nhiên cách cư xử với muôn loài muôn vật cũng đều bằng một cái Tâm hoàn toàn trọn vẹn, Từ Bi, Trí Tuệ và Bình Đẳng!

Khi Lý Thuyết đi đôi với Thực Hành như vậy là: "*Lý Thuyết Thực Hành Nhất Như*", Tính Tướng Y Một, Toàn Tịnh là Động, Toàn Động là Tịnh, thì đấy mới chính thật là: "*Cái Chưa Hề Xao Động bao giờ*", nó vượt ra ngoài cả Động lẫn Tịnh:

Toàn Động: Sở dĩ có động, tức có mọi động tác trong khi làm việc là do sự phản chiếu của Trí Tuệ, từ cái Tâm vốn Tịch Tĩnh, và vì vốn Tịnh Định như thế, nên tự nó luôn luôn Tịnh Chiếu và Chiếu Tịnh; cũng là Tịnh Động, Động Tịnh!

Toàn Tịnh: Là Động Tịnh Nhất Như, Tuệ là Định, Định là Tuệ. Nó vốn dĩ luôn luôn Tịnh Chiếu không ngừng nghỉ bao giờ!

Do đó, với Công Phu và sự Chú Tâm tột độ mới có mọi hành trì, tu sửa, sám hối, cải hối, làm việc, học hỏi đều đến độ siêu, thì đấy gọi là làm Mây Tan, để thể hiện "*Vầng Trăng Vẫn Đó*" luôn tròn đầy, sáng đẹp đã không một chút dính mắc mà lại đầy đủ bổn phận và trách nhiệm trong Trí Tuệ Từ Bi. Lúc ấy mới thấy rõ cái gì là Thật Tướng, cái gì là Thật Hành, cái gì là Thật Dụng, cái gì là Chân - Thiện - Mỹ, cái gì là Đóa Hoa Sen trọn vẹn cả Sắc lẫn Hương, và cái gì là Thập Phương Thế Giới hiện Toàn Thân.

Và Hành Giả sẽ phải sững sờ để tự trả lời lấy những câu hỏi ấy:

À, thì ra Mây Tan để Trăng Hiện, là Hiện cái Pháp Thân Hoàn Hảo vốn sẵn có của Hành Giả, Hiện cái Báo Thân, cái Ứng Thân, qua cái Sắc Thân hiện hữu, cũng là toàn thể Thân Tâm hiện hữu này của Hành Giả. Bởi vì Thân Tâm Nhất Như nên Thân Tâm không thể tách rời nhau! Cho nên khi Tâm Tuyệt Đối thì Thân cũng hoàn hảo là lẽ tự nhiên.

Vì vậy mà cái Thân Tâm nếu đã lỡ lầm ô nhiễm tập khí thế gian thì nay cần được tu sửa, được thanh lọc đến tận cùng cho hết mọi ô nhiễm, để được phù hợp và hòa nhập với cái Pháp Giới Tính Tuyệt Đối, tức Vầng Trăng sẵn có của chúng ta.

Cũng chính vì có sẵn Tâm Tính Tuyệt Đối này mà Hành Giả:

Biết thanh lọc mọi tập khí xấu xa, đã lỡ tạo khi còn vô minh.
Biết cư xử hài hòa, thương yêu muôn loài ...
Biết ăn nói, đi đứng, làm việc, ngủ nghỉ ...
Biết làm mọi chấp tác từ vật chất đến tinh thần đều có thể đến độ siêu việt để *"Mây Tan, Trăng Hiện"*.

Nếu Thân Tâm đã không thể tách rời nhau, nghĩa là Thân Tâm không thể tách rời được Thế Giới, và Thế Giới không thể tách rời được Thân Tâm!

Thì Thân Tâm Thế Giới đúng là một! Cho nên khi đã thanh lọc Thân Tâm đến độ siêu vi tế thì căn nhà của Hành Giả đang ở cũng phải lau chùi từng tí, từng ly... như vậy là quá ư hợp lý, hợp tình! Vì căn nhà này, nó chính là Thế Giới, nó cũng lại là Thân Tâm mình nữa. Muôn cảnh vật đều liên hệ mật thiết với nhau nên không có cái gì có thể tách rời khỏi cái gì được, trong cả hai nghĩa Có Tướng lẫn Vô Tướng.

Để hiểu tường tận hơn, chúng ta hãy trở lại cái vô cùng phức tạp và chướng ngại của Hữu Tướng – Vô Tướng này, tức Thân Tâm, căn nhà, Thế Giới, Vũ Trụ, Vạn Vật. Tại sao chúng lại là Một?

Vì *Muôn Loài, Muôn Vật,* tất cả đều liên hệ mật thiết với nhau, hỗ tương cho nhau, rất cần nhau nên không có cách gì tách rời nhau được, đó là mặt hình tướng; còn về mặt vô tướng thì rất sâu sắc cũng ở ngay trong hai nghĩa *Hữu Tướng lẫn Vô Tướng (Có Tướng lẫn Không Tướng)*

Y như Kinh dạy:

Sắc Không y Một, Tính Tướng chẳng Hai

do đó:

Khi Thân Tâm thanh tịnh là toàn thể Vũ Trụ thanh tịnh.

Khi tất cả mọi việc đều được hoàn hảo tuyệt đối là tự động thể hiện trọn vẹn cả Lý lẫn Sự; tức cả Thực Hành lẫn Lý Thuyết, đầy đủ Trí Tuệ, Từ Bi, Bình Đẳng, cùng Giới, Đức, Hạnh...

Nhưng trong chúng ta, rất nhiều người vẫn không đồng ý với ý nghĩa Thân Tâm, Vũ Trụ, Thế Giới là một, vì chúng ta thấy trước mắt rõ ràng nó là hai, là ba, là một trăm, là một ngàn! Chung qui tại chúng ta chỉ nhìn nông cạn qua mọi Hình Tướng bên ngoài mà không chịu suy tư để đi sâu vào cái Vô Tướng của chúng.

Tại đây xin được tạm diễn giải về nghĩa hình tướng và vô tướng.

Nghĩa Hình Tướng: Tấm Thân của Hành Giả ở trong căn nhà, và căn nhà cùng muôn loài muôn vật thì ở trong Thế Giới, Vũ Trụ; mà Thế Giới Vũ Trụ lại ở trong "Tâm" của Hành Giả. Cái Tâm của chúng ta vô hình vô tướng, bao la bát ngát ví tựa Hư Không. Hư Không tới đâu thì Tâm chúng ta tới đó. Và vì Tâm trống rỗng, nên mới chứa được tất cả vạn vật. Do đó khi đã sạch sẽ tấm Thân, cũng phải sạch sẽ cả căn nhà và mọi nơi, mọi chỗ, tức là sạch sẽ toàn Vũ Trụ Thế Giới.

Nghĩa Vô Tướng:

Theo Bát Nhã Tâm Kinh thì:

"**Sắc** (*Form*) chính là **Không, Không** chính là **Sắc**"

Sắc: Tức là cái nhà, cái Thân của chúng ta và toàn thể Vũ Trụ, Vạn Vật.
Không: Chính tất cả những thứ này lại cũng đều là **Không** (*Primal Void*)

Vì vậy: Vũ Trụ Vạn Vật vừa là **Không** lại cũng vừa là **Sắc**. Với con mắt Bát Nhã thì chẳng phải chờ cho **Sắc** (*Form*) tận diệt đi, rồi mới nói là "**Không**"; "Không" kiểu ấy là Vô Ký Không!

Một chứng minh khác qua Lăng Nghiêm Kinh:

Muôn loài Vật đều có Phật Tính: Mặc dầu toàn thể Vũ Trụ Vạn Vật đều có hình tướng khác nhau, có nghĩa là toàn Vũ Trụ Vạn Vật đều có cả Tính lẫn Tướng, do đó trong Kinh dạy rằng:

"**Tính là Tướng và Tướng cũng là Tính**"

Thì vẫn nghĩa ấy không khác với tinh thần Bát Nhã: Sắc, Không y Một là dĩ nhiên, cho nên thế giới, căn nhà: chính là Thân của Hành Giả, mà cũng là "Tòa Sen"! Còn Tâm của Hành Giả: là Tâm Tính, là Tâm Trí Tuệ ngự trên "Tòa Sen" đó.

Và cũng đồng nghĩa ấy:

Định, Tịnh là căn nhà, cũng là Thân của Hành Giả. Tuệ: là Sự Chiếu Sáng của Tâm, tức là Tuệ Tâm của Hành Giả biết thực dụng: Biết nói năng, biết giảng giải, biết viết lách, biết làm việc, biết sáng tạo, biết phát minh...

Do vậy mà (xin nhắc lại):

*"Toàn Động là Tịnh,
Toàn Tịnh là Động,
Động Tịnh Nhất Như"*

*Sắc là Không, Không là Sắc,
Tính là Tướng, Tướng là Tính
Thân là Tâm, Tâm là Thân*

Phật Pháp không rời Thế Gian Pháp là thế! Hai thứ này không hề tách rời nhau như Thân Tâm chúng ta! Có như vậy mới chính là cái Siêu Tịch Tĩnh!

Chú Giải 1
Nếu chỉ quan trọng cái Tâm mà bỏ đi cái Thân hay ngược lại quan trọng cái Thân mà bỏ đi cái Tâm, đều là không trọn vẹn và đi ngược lại với Phật Pháp để rơi vào tình trạng Ma Cảnh Tà Đạo:
  Hữu Trí Vô Thân (Có Trí mà không có Thân)
  Hữu Thân Vô Trí (Có Thân mà không có Trí)

Trong Kinh Đức Phật đã dạy rõ:
Muốn thành Phật phải làm Thân Người có đầy đủ Sáu Căn (Mắt, Tai, Mũi, Lưỡi, Thân, Ý) thì mới hiểu được trọn vẹn lý thuyết và thực hành về "Chân Lý Giải Thoát".

Lý do:
Tính không hề rời Tướng và Tướng không hề rời Tính
Sắc không thể rời Không và Không cũng không thể rời Sắc
Thân không thể rời Tâm và Tâm không thể rời Thân

Chú Giải 2
Tam Thân Phật từ Tự Tính mà ra, tạm gọi là:

>   Pháp Thân
>   Báo Thân
>   Hóa Thân (hay Ứng Thân)

Chú ý
Mọi danh từ, lời nói: Sắc, Không, Động, Tịnh, vào cửa, chưa vào cửa, ngồi vào Tòa Sen, Mây Tan Trăng Hiện, sắc, hương, đến, đi, ở trong, ở ngoài v.v... đều là phương tiện, đều là giả danh.

Mây Tan Trăng Hiện

Vầng Trăng Vẫn Đó

Khi chưa tu không có gì để nói
Đã tu rồi phải buông hết người ơi
Phe phái, tị hiềm, xúi bẩy lôi thôi
Ác độc, ngã mạn, chiều theo bản ngã

Vì tự ngã mà đời đời trôi nổi
Trong luân hồi, trong lục đạo chơi vơi
Lỗi tại ai hay vẫn chính tại tôi
Vì tư lợi mà tôi nên nông nổi

Mây Tan Trăng Hiện

Quyết tu rồi, tự tôi tu, tôi đổi
Mọi sai lầm, mọi tập khí vô minh
Ghen ghét, đảo điên, mình tự hại mình
Chẳng ai khổ, chính tôi điên vì khổ!

Kìa vầng trăng ngay giữa trời lơ lửng
Thanh tịnh, sáng ngời, dính mắc gì cơ?
Sao vô tư, sao tự tại nên thơ
Chẳng chứng đắc, chẳng mong cầu trụ chấp

Ngay tôi đây cũng cùng vầng trăng sáng
Nhị biên làm mờ, tôi ngụp lặn vô minh
Níu kéo, bám víu, tôi sinh diệt, diệt sinh
Biên kiến vượt, vầng trăng tôi vẫn đó.

Sáng Tác Của Thiền Sư Hakuin
(Xin ghi ân, chuyển ý thành Thi Kệ để dễ đọc và tụng)

Chúng sinh là Phật từ thuở ban đầu
Như Băng với Nước, vốn chẳng vì đâu
Nếu không có nước làm sao có đá?
Ngoài chúng sinh ra không Phật để cầu

Xa thật là xa, đi lùng đi kiếm
Ai có dè đâu, ngay mũi cận kề
Thở than, ta khát ngay trong hồ nước
Như con nhà giàu mà đi ăn mày

Bởi vì Vô Minh, cũng do chấp Ngã
Nên trong Sáu Nẻo mãi mãi không ra
Biết đến bao giờ Sinh Tử buông tha?
Mịt mù, lang thang đi trong tăm tối!

Sinh rồi lại Tử, làm sao vượt ra?
Thiền Định là đường, sẽ vượt sẽ qua
Tới Vô Thượng, khó bàn khó nghĩ
Thanh Tịnh Đại Thừa, Cực Lạc quê ta

Khi đang Thiền là ta đang Trì Giới
Đang Sám Hối, đang Bố Thí, Cúng Dường
Tràn lẽ Sống và trọn vẹn hoa hương
Tất cả từ Thiền, Thiền là tất cả

Trong Chân Định, tự Ma tan Quỉ nát
Hóa giải muôn điều, Nghiệp Quả thăng hoa
Sen vàng hé nở, đất mẹ đâu xa
Chẳng còn tăm tối, lạc lối quê nhà

Xúc động nhường bao, nghe lời chân thật!
Cố Tâm thực hành Trí Tuệ Phật Môn
Đây Vô Lượng Độ, núi cao Công Đức
Chỉ hướng nội rồi, trực nhận Chân Tâm

Siêu Ngã Pháp và siêu ngoài ngôn ngữ
Tiến thẳng một đường, chẳng có hai ba
Chân Tâm Vô Ngã, Vô Ngã chính Ta
Cánh cổng Nhất Chân, Quả Nhân đồng lúc

Hiện thân chúng ta, tự là Vô Tướng
Chưa từng xa nhà, dù đi muôn phương
Vọng Tưởng, Tưởng Vọng, tự Không, Không Tưởng
Pháp Âm Phật Đà nhảy múa, đàn ca

Tuyệt vời làm sao Trí Tuệ trăng vằng vặc
Niết Bàn Chân Định, thật bát ngát vô bờ
Ngoài Chúng Ta hỏi chi là thừa, thiếu?
Còn Pháp Thân này, đang nhận gót "Đất Sen đây"

Master Hakuin's Chant in Praise of Zazen
(Zazen Wasan)

From the very beginning, all beings are Buddha;
Like water and ice, without water no ice,
Outside us, no Buddhas.
How near the Truth, yet how far we seek!
Like one in water crying, "I thirst",
Like a child of rich birth
Wandering poor on this earth,
We endlessly circle the Six Worlds.
The cause of our sorrow is ego delusion
From dark path to dark path
We've wandered in darkness.
How can we be free from birth and death?
The gateway to freedom is Zazen-Samadhi,
Beyond exaltation, beyond all our praises,
the pure Mahayana.
upholding the precepts, repentance and giving,
the countless good deeds, and the Way of Right
                                        Living,
all come from Zazen.
Thus one true Samadhi Extinguishes evils;
It purifies karma, dissolving obstructions.
Then where are the dark paths to lead us astray?
The Pure Lotus Land is not far away.
Hearing this Truth, heart humble and grateful,

To praise and embrace it, to practice its wisdom,
brings unending blessings, brings mountains of merit.
And when we turn inward, and prove our True Nature,
That True-self is no-self,
Our own Self is no-self,
We go beyond ego and past clever words.
Then the gate to the oneness of cause and effect is
thrown open:
Not two, and not three,
Straight ahead runs the Way.
Our form now being no-form,
In going and returning we never leave home.
Our thought now being no-thought,
Our dancing and songs are the voice of the Dharma.
How vast is the heaven of boundless samadthi!
How bright and transparent the moonlight of Wisdom!
What is there outside us, what is there we lack?
Nirvana is openly shown to our eyes.
This earth where we stand is the Pure Lotus Land,
And this very body - The body of Buddha!

(Zazen Wasan, Song of Zazen by Hakuin)

"Tâm Vô Sở Trụ"
Thì Vầng Trăng Vẫn Đó

Muôn loài Hữu Tình, Vô Tình chúng sinh đều cùng có một Vầng Trăng Trí Tuệ. Chỉ vì Tự Ngã của chúng ta đã quá cao to, lại càng cao to hơn nữa bởi những đám mây vô minh và mọi tập khí kiên cố sâu dầy của Tam Độc Tham, Sân, Si lấp kín Vầng Trăng Trí Tuệ đó, khiến chúng ta bị lao đao trong mê mờ tăm tối với đầy nước mắt và Sinh Tử... Nếu muốn hết cái trần ai đau thương ấy thì chỉ cần thực hành một chữ "buông". Đã gọi là "buông" thì dĩ nhiên là *Tâm* chúng ta không còn dính mắc một cái gì cả, thì Vầng Trăng sáng ngời ngay đó, tự ló rạng vì nó đã thoát khỏi đám mây che.

Những đám mây che này được ví như Màn Vô Minh Si Mê cùng những tập khí là những Thói Hư Tật Xấu của chúng ta như: Tham, Sân, Si, Hỉ, Nộ, Ái, Ố, Ích Kỷ, Ngạo Mạn, Tranh Đua, Ghen Ghét, Mưu Mô, Thủ Đoạn, Ác Độc...

Tất cả những thứ ấy đều do chính Tâm Thức Nhị Biên Phân Biệt của chúng ta mà ra cả. Tâm Thức này luôn luôn chấp thật/chấp giả, chấp phải/chấp trái, chấp có/chấp không, chấp giỏi/chấp dốt...

Hiểu sơ nguyên nhân của sự khổ đau sinh tử là do chính mình tự vô minh chấp chước thì cái màn vô minh dày hay mỏng này, cái tập khí nhiều hay ít kia, cũng như cái vận mạng tốt hay xấu của chúng ta đây, đã trọn vẹn nằm trong tay của chúng ta rồi. Khi đã rõ *chính chúng ta đang tự nắm vận mệnh của mình* thì còn chờ gì mà không tự điều động Thân Tâm, cũng là vận mệnh của chính mình? Nghĩa là tự mình muốn sao thì được vậy, tự gieo Nhân nào thì có Quả nấy chứ không có Chúa hay Phật nào có thể cứu rỗi chúng ta được. Vì không có ai có thể làm cho chúng ta vô minh, và cũng không một ai có thể làm cho chúng ta có nhiều tập khí hay ít tập khí được, mà muôn điều, muôn sự đều do chính mình tự tạo ra mà thôi!

Vậy nay muốn hết vô minh và hết tập khí để Vầng Trăng Trí Tuệ hiển bầy thì lại cũng chính chúng ta phải thực hành cho được một chữ "buông" như đã nói ở trên.

Nhưng trong thực tế "nói thì dễ mà làm thì khó" nếu chúng ta không có phương pháp hành trì để mà buông xả những thứ ấy. Đúng thế, vì tập khí kiên cố rất khó buông, và vô minh quá sâu dày che hết lý trí, nên mỗi khi có biến cố, hay có những sự việc vui buồn xẩy đến của từng môi trường, của từng hoàn cảnh thì đều làm chúng ta chạy theo ngay những duyên ấy, những cảnh ấy, để mà la hét, phẫn nộ, giận dữ hay biểu lộ mọi cảm xúc vui buồn không thể nào kiềm chế được! Đấy chỉ vì vô minh với các tập khí, thói quen kiên cố của nhiều đời, nhiều kiếp nên không dễ gì một sớm một chiều mà tẩy cho sạch hết được.

Cũng bởi có tám mươi bốn ngàn tập khí của chúng sinh cho nên mới phải có tám mươi bốn ngàn Pháp Môn của Phật để đối trị là thế!

Đức Phật đã chỉ dạy nhiều phương pháp và để lại biết bao Kinh Sách, chỉ dẫn rõ ràng từng đường lối để chúng ta thực hành mới có thể buông bỏ mọi dính mắc kiên cố ấy mà thể hiện cái Thân Tâm tuyệt đối như:

Trong Kinh Kim Cang:

"*Ưng Vô Sở Trụ Nhi Sinh Kỳ Tâm*" (Tâm không dính mắc vào bất cứ cái gì thì mới là TÂM)

Trong Kinh Pháp Hoa:

"Linh Tâm tự chiếu đâu nhờ cảnh sinh" (Không cần nhờ bất cứ cảnh huống gì mà Linh Tâm vẫn tự chiếu sáng, cũng đồng nghĩa, hãy để Tâm không bám víu vào bất cứ cái gì, ngay cả tư tưởng hoặc những Cảm Thọ Vui, Buồn, v.v… thì là Tâm Bát Nhã).

Bát Nhã Tâm Kinh:

"Sắc bất dị Không, Không bất dị Sắc"
"Sắc tức thị Không, Không tức thị Sắc"

Tức là: *"Sắc chính là Không, Không chính là Sắc"*
"Sắc chẳng khác Không, Không chẳng khác Sắc"

"Tính Không" tự nó là Không chứ không phải nhờ có Sắc Tướng (bên Sắc, bên Không) mới thấy nó là Không. Còn các Sắc Tướng cũng tự nó đã là Không chứ không phải chờ sắc diệt đi rồi mới là Không. Tính của các Sắc Tướng tự là Không do đó muôn Pháp đều như vậy, thì Sắc, Thọ, Tưởng, Hành, Thức là Ngũ Uẩn của chúng ta cũng thế; Và Sáu Căn, Sáu Trần, Sáu Thức, Thất Đại cũng không khác gì!

Nếu như vậy thì toàn Vũ Trụ Vạn Vật và chúng ta đây cũng đều vừa là Sắc, vừa là Không (nghĩa Không ở đây là Tính Không, là Chân Không Diệu Hữu, Vi Diệu Nhiệm Mầu chứ không phải là cái "Vô Ký Không" là không có gì cả!) *Nếu đã là "Tính Không", là "Chân Không" thì tự nó không thể dính dáng vào bất cứ cái gì.*

Để hiểu rõ về Chân Không Diệu Hữu, chúng ta hãy tạm nhìn vào "Hư Không" xem có cái gì dính vào nó được không? Hay cái "Hư Không" ấy vốn trống rỗng nhưng vi diệu nên nó mới ôm trọn cả Vũ Trụ vạn vật, mà vẫn không dính dáng vào bất cứ một vật nào cả! Cái "Tính Không", cái Chân Như Phật Tính của chúng ta, của muôn loài muôn vật cũng y như vậy. Nó không hề rời chúng ta và Vũ Trụ Vạn Vật mà lại cũng không hề dính dáng vào Vũ Trụ Vạn Vật, chỉ vì nó là "Tính Không", nó chính là chúng ta và Vũ Trụ Vạn Vật, xin nhắc lại:

Lý ấy được minh chứng qua những câu Kinh Bát Nhã do Đức Phật đã chỉ thẳng, chúng ta chỉ làm sao thấu hiểu:

Sắc chính là Không, Không chính là Sắc
Sắc chẳng khác Không, Không chẳng khác Sắc
Sắc chẳng thể rời Không, Không chẳng thể rời Sắc

Như vậy: *Sắc và Không chẳng phải là "Hai",*
Vì Sắc Không tự đã dung thông.

Trong Kinh Lăng Nghiêm Đức Phật cũng dạy như thế:

Tính là Tướng, Tướng là Tính
Tức là: *Tính không rời Tướng, Tướng không rời Tính*

Vậy: Tính và Tướng chỉ là "Một"
Tính Tướng tự đã dung thông

Quả đúng là:

Phật Pháp không rời Thế Gian Pháp
Đạo, Đời không thể rời nhau
Không có Đời thì sẽ không có Đạo
Và không có Chúng Sinh thì sẽ không có Phật là thế.

Để phù hợp với Chân Tính sẵn có của chúng ta thì chỉ có một cách là thực hành chữ "buông". Nhưng "buông" cách nào? Và "buông" những gì?

Trước hết là **"Buông"** cách nào?

Thì như đã nói ở trên, việc "buông xả" đã có tám mươi bốn ngàn Pháp Môn, được cô đọng lại thành bốn Đại Loại:

1. Tịnh Độ Tông
2. Mật Tông
3. Thiền Giáo Môn
4. Tổ Sư Thiền (Niêm Hoa Thị Chúng,
   Giáo Ngoại Biệt Truyền)

Thứ hai, "**buông**" những gì?

Thưa: Buông Tâm Thức Nhị Biên Phân Biệt: Tâm Thức này là cái ý niệm tiềm tàng lúc nào cũng khiến chúng ta trong trạng thái Không Thật thì Giả; Không Yêu thì Ghét; Không Phải thì Trái; Không Sang thì Hèn; Không Sinh thì Tử, v.v...

Buông mọi Tập Khí thói hư: Những tập khí là những thói quen khiến chúng ta đam mê như: Danh, Tài, Ái, Dục, Nghiện Ngập, Bon Chen, Tranh Giành, Thủ Đoạn, Ngạo Mạn, Tham Lam, Sân Hận, Ích Kỷ, Giả Dối, Nịnh Bợ, Ác Độc, v.v...

Nói như vậy không có nghĩa là chúng ta phải bỏ cha mẹ, vợ chồng, con cái, gia đình, của cải đi, mà nghĩa "Buông Bỏ" ở đây là buông bỏ cái Tâm đã dính mắc vào mọi thứ ấy mà thôi! còn bổn phận, trách nhiệm, và tình thương yêu, thủy chung đối với Gia Đình, Bạn Bè, Quốc Gia, Xã Hội, muôn loài, muôn vật thì vẫn phải trọn vẹn chứ? Vì Phật Pháp không hề rời Thế Gian Pháp bao giờ. Và Đời cũng không thể rời Đạo được.

Cho nên dù là Phật, là Tổ, là Bồ Tát, là Thánh, là Phàm Phu... cũng không làm sao mà rời được Thế Gian này, do đó bỏ thân này là phải có ngay thân khác để phục vụ và hữu dụng cho Đời, cho chúng sinh là thế.

Xin nhấn mạnh một lần nữa, nếu chúng ta:

Muốn phù hợp với Chân Như Phật Tính
Muốn tự nắm vận mạng của chính mình
Muốn giải thoát mọi phiền não sinh tử

thì đừng tự làm khổ mình nữa, bằng cách đừng biến cái Tâm Phật sẵn có của chúng ta thành Tâm Chúng Sinh!

Dù gì chăng nữa thì sự việc đã lỡ từ Vô Thủy, tất cả cũng chỉ vì cái Bản Ngã do chính mình giả dối tự tạo dựng nên và mọi si mê, mọi tư tưởng cũng đều do mình tự sản xuất, rồi lại cũng tự mình bám víu vào mọi huyễn hóa vật chất Thế Gian ấy, bao gồm thân mạng, danh, tài, ái, dục và các tập khí thói hư tật xấu!

Cho nên tất cả tự mình đã lỡ tạo, tự mình cột trói thì cũng lại phải tự chính mình cởi trói, tự mình buông xả, tự mình tu sửa, và tự mình tỉnh ngộ để trở về với cái Bản Lai Tự Tính bất sinh, bất diệt sẵn có của mình.

Khi đã hiểu rõ như thế, thì chúng ta còn dại khờ gì mà đem biến cái Tâm Phật của chúng ta thành những Tâm Ma, Tâm Quỉ là Tâm Chúng Sinh!

Vì:

Khi bám víu vào Tham Lam thì tự động chúng ta biến Tâm Phật thành Tâm Quỉ đói, tức là Quỉ thèm khát đủ thứ như:

Quỉ Tham Ăn
Quỉ Tham Ngủ
Quỉ Tham Tiền
Quỉ Tham Dục...

Khi Sân Hận thì chúng ta tự biến Tâm Phật thành
"Tâm A Tu La"

Và cũng vì si mê nên thấy mọi sự, mọi việc trước mắt sắp sửa xảy ra không theo như ý muốn của mình thì cho dù có biết rõ nguyên nhân bởi những câu nói và hành động của chính mình, bởi những sự bướng bỉnh cố chấp và những thói hư tật xấu của chính mình! nhưng chúng ta vẫn không thể dằn được mà cứ nói, cứ làm dù biết là có tội, biết là sẽ tạo "nghiệp dữ" cũng mặc kệ, miễn là những hành động và những lời nói ấy làm chúng ta thỏa mãn tự ngã cho thật đã rồi muốn ra sao thì ra! Giây phút đó chúng ta đã tự biến Tâm Phật của chúng ta thành Tâm Súc Sinh si mê.

Sự Chấp Ngã với những thói hư, tật xấu và mọi tập khí ấy, kể ra cũng khó mà chuyển hóa thật! Nhưng may mắn thay chúng ta đã có những Pháp Môn là những phương tiện của Đức Phật chỉ dạy, để ra khỏi những phiền não này, do đó chúng ta không còn phải lo ngại gì nữa, chỉ việc dùng một trong những phương pháp ấy làm công phu mà thực hành ngày đêm, để thanh lọc Thân Tâm, và buông bỏ đi mọi dính mắc.

Vì vậy chỉ một chữ "buông" và buông mãi... cho đến khi nào phù hợp với cái "Tâm Vô Sở Trụ" là Tâm không hề dính mắc một cái gì cả, Tâm đó là *"Tâm Bất sinh Bất diệt"*, là Phật Tâm sẵn có của chúng ta.

*

"Tâm Vô Sở Trụ" Thì Vầng Trăng Vẫn Đó

Chân Lý

*Trời ơi Chân Lý quá thâm sâu
Lý ấy ngay đây phải tìm đâu!
Vượt cả Sinh Già và Bệnh Chết
Là Lý Chân Như thật nhiệm mầu*

*Ở trong Vũ Trụ, ở ngay đây
Ở muôn loài vật, đá, cỏ cây…
Ở cả thân này, y như vậy
Chỉ cần nương theo một vị thầy*

"Tâm Vô Sở Trụ" Thì Vầng Trăng Vẫn Đó

Minh Sư không bỏ thân tìm Trí
Không nửa chừng, có Trí, không Thân
Không Thân, có Trí chính là ma
Có Thân, không Trí vẫn chung nhà!

Sắc Không là Một, Kinh Bát Nhã
Thân chẳng rời Tâm chẳng phải ma
*Cảnh vốn tự "**Không**", không hoại **Tướng***
Càng tìm càng lạc, xa càng xa

Dù cho đạt Đạo đừng chấp Có
*"**Không**" trong Bát Nhã chớ chấp Không*
Dù cảnh vật nào đều hóa hiện
Ngoài có ngoài không, hết luận bàn

Vô Thỉ, Vô Sinh

Thời gian ra sao? Trong biển không hải mênh mông
Không gian nơi nào? Trong rỗng lặng, lặng viên thông
Về đâu, đi đâu, khi mười phương đồng nhất thể?
Sinh tử có còn gì trong Linh Giác Tính Không?

Vướng mắc nơi nào? Vì ta trụ nơi nao?
Không chi ái nhiễm, hỏi: "Đã sạch trần lao?"
Không cột, chẳng trói, phải chăng là giải thoát?
Diệu Hữu Chân Không, nào còn sợ chiêm bao?

Bất sinh bất diệt, này: "Trường mộng là đâu?"
Vô Thủy Vô Sinh, làm sao có bắt đầu?
Rỗng không vô trụ, vậy: "Ai người cột trói?"
Bất khứ, vô lai, phải Ma ní Bảo Châu?

Chú ý:
Giữa Tính Không và Hư Không có hơi khác nhau: Tính Không thì *Tuyệt Đối Thanh Tịnh* không có một chút gì là vật chất, ngay cả một khái niệm Thiện hay Ác cũng không dính dáng gì, vì nó tự siêu việt Thiện/Ác, còn Hư Không thì không thể thanh tịnh tuyệt đối như vậy vì Hư Không vẫn còn một chút xíu vật chất!

Mọi danh từ được dùng trong bài này chỉ là phương tiện, chỉ là giả danh, như những danh từ: "Vầng Trăng Vẫn Đó", Có, Không, Ló Rạng, Tạo Ra, Sản Xuất và Phải Thế Này, Phải Thế Nọ v...v...

Chân, Thiện, Mỹ

Ý nghĩa bao quát cho người đã Tu nhiều Kiếp

CHÂN là chân thật, chân thành, tuyệt đối từ ý nghĩ, lời nói và hành động, dĩ nhiên không hề còn một mảy may gì của những giả dối, điên đảo, nịnh bợ, mưu mô, đổi chác, thủ đoạn, v.v...

THIỆN là lòng từ bi tuyệt đối với muôn loài, muôn vật trong mọi hoàn cảnh, mọi môi trường, trong từng giây khắc, từng sát na.

MỸ là tươm tất, tốt đẹp, hoàn mỹ, tuyệt mỹ, mỹ mãn, mỹ thuật tuyệt đối, cũng là ba yếu tố căn bản tự động của "Zen", là "Thiền Tối Thượng". Là cái tuyệt đối, là cái nhiều người gọi là Thiên Đường, hay Cực Lạc, tức là cái Toàn Chân, Toàn Thiện, Toàn Mỹ trọn vẹn cả Đạo/Đời và cái Toàn Mỹ này còn là cái không hề có chút sơ hở nào trong mọi công việc dù lớn tới đâu hay nhỏ bé tới đâu.

Ý nghĩa về Chân, Thiện, Mỹ đi vào chi tiết vi tế hơn
(cho những ai ở bước đầu, và cả những ai đang đi sâu hơn, để tiến tới viên mãn)

Ý nghĩa của Chân, Thiện, Mỹ thì vẫn y như đã nói ở trên, không gì thay đổi được, nhưng để thực hành và thực hiện được như thế, chúng ta cần thời gian, cần công lao và cả gian lao không ngừng nghỉ, vì nó đòi hỏi sự kiên trì, nhẫn nại, sự nỗ lực, tỉ mỉ đến độ vi tế! Nhất là sự tuyệt đối ngăn nắp, gọn gàng, sạch sẽ, mỹ thuật với sự Chú Tâm cũng tuyệt đối trong tất cả mọi công việc.

Đúng thế, mọi công việc nếu muốn đạt được kết quả thật hoàn mỹ là không có một lỗi lầm nào, và cũng không có một sơ hở gì hết thì chỉ cần áp dụng những qui tắc như vừa mới kể.

Để chứng minh, chúng ta hãy thử đem ra một số công việc sau đây, xem có một công việc nào không đòi hỏi những quy tắc ấy mà lại thành công mỹ mãn?

Thí dụ như:

Các vị trong giới, có danh từ tạm gọi là Sĩ, là Gia và là Giả như các vị Sĩ: Tiến Sĩ, Thạc Sĩ, Nghệ Sĩ, Bác Sĩ, Dược Sĩ, Sĩ Quan, Binh Sĩ, Tu Sĩ, Nghệ Sĩ, v.v...

Các vị sĩ phu, kẻ sĩ, học sinh, sinh viên, nếu không có sự chú tâm, kiên trì, nỗ lực học hành với bài vở thật rõ ràng, minh bạch, và sự tươm tất ngăn nắp sạch sẽ thì làm sao thi đỗ được?

Các vị Bác Sĩ chữa bệnh, cho toa, mổ xẻ... Liệu có cần tuyệt đối sự chú ý với mọi sự ngăn nắp, tươm tất, sạch sẽ, vệ sinh, và sự tận tâm, tỉ mỉ không?

Các vị Dược Sĩ, Đông Y Sĩ với hàng ngàn, hàng vạn thứ rễ, lá cây và mọi vị thuốc... Liệu có cần kiên trì, tỉ mỉ, sạch sẽ, ngăn nắp, vệ sinh và sự chú tâm tuyệt đối không?

Các vị Gia và Giả như các vị Khoa Học Gia, Sử Gia, Nhiếp Ảnh Gia, Điêu Khắc Gia, Doanh Gia... cùng các vị Học Giả, Soạn Giả... cũng không thể ra ngoài sự chú tâm tỉ mỉ vi tế lại còn sạch, gọn, đẹp, nhanh và mỹ thuật để mà phát minh sáng tạo.

Các vị Sư như các vị Giáo Sư, Kỹ Sư, Luật Sư, các vị Sư Nam, Sư Nữ...

Tất cả những vị này, đa số chẳng một ai không có sự chú tâm, kiên trì, nỗ lực học hỏi, nghiên cứu tới độ thâm sâu, siêu vi tế tùy theo vào nghề nghiệp của họ, để có sự sâu sắc hơn mới thành công.

Các vị trong giới có danh từ tạm gọi là Nông, Lâm, và Súc: Các Vị Nông, Lâm, Súc này cũng lo học hỏi, nghiên cứu để sản xuất đầy đủ mọi loại cây cối, lúa thóc, đậu, gạo, hoa trái bốn mùa, và cách nuôi dưỡng muôn loài thú vật. Nếu họ không siêng năng, cần mẫn, và chú tâm, không tổ chức qui mô thì làm sao gặt hái được mọi kết quả mỹ mãn?

Các vị có danh từ tạm gọi là Công và Thương như Công nghệ, người ta nói rằng: "Nhất Nghệ Tinh, Nhất Thân Vinh", thì làm sao có thể vượt ngoài những lý thuyết nòng cốt ấy để thành công? Từ việc đánh máy, kế toán, computer là việc văn phòng, việc nữ công gia chánh như may vá, thêu thùa, nấu nướng, nuôi con... cho đến những nghề chuyên môn tạm gọi danh từ là Thợ như: thợ mộc, thợ nề, thợ hàn, thợ kim hoàn, thợ hầm mỏ, thợ điện, thợ đồ gốm, thợ sơn mài, thủy tinh, thợ đồng, kẽm, gang, sắt, đất đá, ngay cả các vị xây nhà, xây cầu cống...

Các vị trong thương mại thì cũng vậy không thể thiếu cách tổ chức chu toàn, ngoài ra còn nhiều việc linh tinh, lặt vặt, không tên không tuổi như tưới cây, quét nhà, lau bụi, đổ rác, giặt giũ, lái xe, nhặt rau... mà muốn cho thật vẹn toàn thì cũng vẫn với cái qui tắc ắt có và đủ đã trình bày ở trên. Nay xin được nhắc lại các qui tắc ấy một lần cuối như sau: *đó là sự chú tâm, sự nhẫn nại cần cù, tỉ mỉ nỗ lực và không thể nào thiếu sự tổ chức cho có ngăn nắp, gọn gàng, thứ tự, sạch sẽ, vệ sinh...* Những qui tắc này, người Đời gọi là "skill", là "professional", tức là Tay Nghề; Đạo gọi là "Thiền" ở mức cao độ, để tự động thể hiện cái *Thực Tướng, Thực Hành, Thực Dụng* cũng là cái *Tuyệt Đối*, tức *Chân, Thiện, Mỹ* sẵn có của chúng ta và của Vũ Trụ Vạn Vật.

Nói tóm lại về ba chữ Chân, Thiện, Mỹ

Nếu chúng ta Tu và thực hành tuần tự từ cái *Chân*, rồi đến cái *Thiện* và cuối cùng mới đến cái *Mỹ* thì thật là khó khăn, rất nhiều trở ngại. Thí dụ như khi Tu và thực hành về chữ *"Chân"* thì trong tâm niệm và miệng của chúng ta lúc nào cũng tự bảo rằng: "Mình phải chân thành, mình phải thành thật không nên giả dối, vọng ngữ, điêu ngoa... Nhưng khổ thay khi sự việc xảy ra, thì chúng ta tự động làm ngược lại với cái tâm niệm và lời đã hứa ấy!"

Khi Tu và thực hành về chữ *"Thiện"* thì cũng thế: "Lúc nào chúng ta cũng tâm niệm rằng mọi hành động, mọi ý nghĩ và lời nói sẽ đều thật từ bi, khoan dung, độ lượng, nhẫn nhục, nhường nhịn, kiên trì tối đa; nhưng khổ thay khi chúng ta gặp những sự việc bất như ý, như có ai chống đối, có ai hơn thua, có ai ghen ghét, có ai vu oan giá họa, có ai làm đau khổ thì chúng ta không thể nào dằn được những cơn sân hận, và rồi sự hành động của Thân, Khẩu, Ý cứ tự động tuôn tràn như thác, như lũ! Lúc này đây, chúng ta đã hoàn toàn quên mất cái *Chân* và cái *Thiện*, là cái mà chúng ta đang thực tập!

Do lẽ đó mà không nên Tu và thực hành về *Cái Chân* và *Cái Thiện* trước, mà hãy Tu và thực hành về *Cái Mỹ* trước, tức là chúng ta thực hành ngay trong mọi công việc lớn cũng như công việc nhỏ ở cuộc sống hàng ngày của chúng ta. Chỉ cần tỉ mỉ, nỗ lực, cần mẫn, chú tâm tuyệt đối và luôn luôn có sự tổ chức chu đáo để được sạch, gọn, đẹp, nhanh và mỹ thuật... Nếu được thế thì không thể nào còn có sự sơ hở và mọi kết quả sẽ tự động hoàn mỹ.

Những kết quả Tuyệt Mỹ này, nó chính là *Cái Chân* và là *Cái Thiện*. Tại sao vậy? Vì khi chúng ta kiên nhẫn, nỗ lực, tỉ mỉ thì chắc chắn có sự đòi hỏi về hy sinh, can đảm và khi chúng ta đã hy sinh, can đảm như thế là có cái từ bi, cái thiện, cái tinh tấn, và trong ấy lẽ đương nhiên là phải có sự chú tâm tuyệt đối, thì đó là *Thiền*, mà Thiền là *Chân*. Thiền là Thiện, Thiền là Mỹ.

Ngay trong cuộc sống hàng ngày, nếu chúng ta thực hành và thực hiện được như vậy ở trong các tướng uy nghi đi, đứng, nằm, ngồi, nói năng, cách cư xử với mọi người, cách làm việc chú tâm đến độ siêu, ngủ nghỉ cho đúng cách. Nhất cử nhất động đều được hoàn mãn thì đâu cần phải Tu mà tự động là Vô Tu, Vô Chứng, Vô Đắc, cũng là "Chân, Thiện, Mỹ".

*

Chân, Thiện, Mỹ

Ánh Mắt Nào?

Dù cuộc đời đầy thăng trầm, biến đổi
Ánh mắt nào vẫn trong trắng, tinh khôi
Vẫn sắt son, vẫn tha thiết, sáng ngời
Vẫn tĩnh lặng, êm đềm mà sôi nổi
Nói nhiều thế? Đã nói trọn muôn lời
Ánh mắt ơi, sao chẳng chút phai phôi!
Cùng khắp cả thời gian, không gian đấy
Chẳng, chẳng gì, chỉ ánh mắt mà thôi ...

Điệp Khúc

Dù cuộc đời đầy thăng trầm, biến đổi
Ánh mắt nào vẫn trong trắng tinh khôi
Vẫn sắt son, vẫn tha thiết sáng ngời
Siêu tĩnh động, êm đềm và sôi nổi,
Vượt tĩnh động êm đềm và nổi sôi.
Nói nhiều thế? Đã nói trọn muôn lời
Ánh mắt ơi, sao chẳng chút phai phôi!
Cùng khắp cả thời gian, không gian đấy
Chẳng, chẳng gì, chỉ ánh mắt mà thôi ...

Chân, Thiện, Mỹ

Thiền Thơ Không Tên

*Thiền thơ không mang tên
Không nhịp điệu xuống lên
Không văn hoa từ ngữ
Không sắc mầu bớt thêm*

*Vẫn biết, vẫn vô tư
Thiền vượt ngoài sinh tử
Thiền chẳng lọt tứ cú
Thiền vô ngôn, vô tự*

*Chỉ gượng nói, ai ơi
Khởi ý là hỏng rồi
Im lìm cũng phiền đấy
Tùy cơ tác dụng thôi*

www.ingramcontent.com/pod-product-compliance
Lightning Source LLC
LaVergne TN
LVHW041754060526
838201LV00046B/995